RÓTGRÆNSTABÓKIN

Náðu tökum á rótargrænmetismatargerð með 100 uppskriftum

Ástríður Blöndal

Höfundarréttarefni ©2024

Allur réttur áskilinn

Engan hluta þessarar bókar má nota eða senda á nokkurn hátt eða á nokkurn hátt án skriflegs samþykkis útgefanda og höfundarréttarhafa, nema stuttar tilvitnanir sem notaðar eru í umsögn. Þessi bók ætti ekki að koma í staðinn fyrir læknisfræðilega, lögfræðilega eða aðra faglega ráðgjöf.

EFNISYFIRLIT _

- EFNISYFIRLIT _ 3
- KYNNING 8
- SNELLUR 9
- 1. SELLERÍ OG OSTASÚFFLÉ 10
- 2. SELLERÍ OG EPLASÚPA MEÐ MULDUM VALHNETUM 13
- 3. SVÍNASNITSEL MEÐ SELLERÍREMÚLAÐI 15
- 4. HVÍTLAUKSRISOTTO MEÐ QUAIL 18
- 5. KRÆKLINGASÚPA MEÐ SAFFRAN 21
- PARSNIP 23
- 6. BRÚN HRÍSGRJÓN, MÖNDLUR OG GRÆNMETISKROKETTUR 24
- 7. KALKÚNAKÆFA MEÐ SVISSNESKUM CHARD OG PARSNIP 27
- 8. FERSKJA OG PARSNIP HVOLF KAKA 29
- 9. GARBANZO PARSNIP GNOCCHI MEÐ GRANATEPLI 31
- 10. PARSNIP OG GULRÓT FRITTERS 34
- 11. VETRARSÚPA ÚR PARSNIP 36
- RÓFA 38
- 12. BBQ SÆTABRAUÐ 39
- 13. R UTABAGA KARTÖFLUPLOKKFISKUR 41
- 14. RÓTARGRÆNMETI NAUTAKJÖT 43
- 15. KALKÚNAPYLSA MEÐ RÓTARGRÆNMETI 45
- 16. RÍK UNGVERSK GÚLLASÚPA 47
- 17. BÓKHVEITI BAKAÐ MEÐ RÓTARGRÆNMETI 49
- 18. SJÓBIRTINGUR MEÐ RISTUÐU RÓTARGRÆNMETI 51

19. KJÖTÆTUR NAUTAPOTTRÉTTUR MEÐ RÓTARGRÆNMETI 53
20. TAPÍÓKASÚPA OG HAUSTGRÆNMETI 56
21. GERJAÐ SAXAÐ SALAT MEÐ RUTABAGA 58
22. HAUST KJÚKLINGA- OG RÓTARGRÆNMETISKÆFA 60
23. HAUSTHÁTÍÐ KALKÚNSKÆFA 62
24. LAMBA- OG RÓTARGRÆNMETISKÆFA 64
25. OXHALASÚPA MEÐ RUTABAGA 66
26. BEGEDIL KARTÖFLUBOLLUR 68
27. UPPSKERU GRÆNMETI OG KÍNÓA 70
28. KLASSÍSKT POT-AU-FEU 72
29. OSTUR BEIKONBITAR 75
RÆPUR 77
30. RÆPA OG LAUKUR CASSEROLE 78
31. GALDRARÓFUVÍN 80
32. ÞAKKARGJÖRÐARBRASAÐAR RÓFUR 83
33. TÆVANSK RÓPA KÖKUSÚPA 85
34. BLANDAÐ GRÆNT MEÐ RÓFUBRAUÐI 88
35. PERSIMMONS OG DAIKON TEMAKI 90
36. SNOW PEA SHOOT DAIKON ROLLS 92
RÆÐJA 94
37. STEIKTUR YUZU KJÚKLINGUR MEÐ JAPÖNSKU SALATI 95
38. GUFUSOÐINN FISKUR 97
39. JAPANSKT RISOTTO MEÐ SVEPPUM 99
40. STEIKTUR KJÚKLINGUR MEÐ PISTASÍUPESTÓ 101
41. GARÐUR FERSK PIZZA 104
42. RJÓMALÖGUÐ RADÍSÚPA 106

43. KRYDDUÐ RADÍSU OG GULRÓTARSÚPA 108
44. RADÍSUR OG KARTÖFLUSÚPA 110
45. RADISH GREENSÚPA 112
46. KÆLD RADÍSÚPA 114
47. RADÍSUR OG RÓFUSÚPA 116
48. RADÍSUR OG TÓMATSÚPA 118
49. RADÍSUR OG KÓKOS KARRÝ SÚPA 120
50. RADÍSUR OG SPÍNATSÚPA 122
51. RADÍSUR OG SVEPPASÚPA 124
52. RISTAÐ SÆT KARTÖFLU OG PROSCIUTTO SALAT 126
53. VATNSMELÓNA MEÐ RADISH MICROGREENS SALAT 128
54. ÖRGRÆN OG SNJÓBAUTASALAT 130
55. ÖRGRÆNT VORSALAT 132
RÓFUR 134
56. RÓFUKASS MEÐ EGGJUM 135
57. BEET CRUST MORGUNVERÐSPIZZA 137
58. B EET CHIPS 139
59. DILL & HVÍTLAUKSRÓFUR 141
60. RAUÐRÓFUSALAT 143
61. RÓFUBÁTAR 145
62. BEET FRITTERS 147
63. FYLLTAR RÓFUR 149
64. SPÆNSKUR MAKRÍLL GRILLAÐUR MEÐ EPLUM OG RÓFUM 151
65. RAUÐRÓFU RISOTTO 153
66. RAUÐRÓFUR MEÐ ÖRGRÆNUM 155
67. RÆKJUR MEÐ AMARANTH & GEITAOSTI 157

68. GRILLUÐ HÖRPUSKEL MEÐ FERSKRI RAUÐRÓFUSÓSU............160
SÆT KARTAFLA..................................162
69. SÆTAR KARTÖFLUR OG SPÍNAT FRITTATA......................163
70. SÆTAR KARTÖFLU MORGUNVERÐARSKÁL.........................165
71. SÆTAR KARTÖFLUR OG PYLSUR MORGUNMATUR POTTUR....167
72. SÆTAR KARTÖFLUMORGUNKÖKUR.........................169
73. SÆTAR KARTÖFLUR OG BEIKON MORGUNVERÐARPÖNNUR...171
74. SMOOTHIE SKÁL FYRIR SÆTAR KARTÖFLUR...................173
75. SÆTAR KARTÖFLUMORGUNVERÐUR BURRITO SKÁL..............175
76. CEVICHE PERÚANÓ...................................177
77. GINGERED SÆTKARTÖFLUBRAUÐ.........................179
78. SÆTAR KARTÖFLUMARSHMALLOW BITAR........................181
79. FYLLTAR SÆTAR KARTÖFLUR.............................183
80. TEMPURA SÆTAR KARTÖFLUR............................185
81. KALKÚNN OG SÆTAR KARTÖFLUR TEMPURA...................187
82. SVEIT KARTÖFLU NACHOS.....................189
83. BAKAÐAR SÆTAR KARTÖFLUFLÖGUR........................191
84. KARRÝ KRYDDAÐAR SÆTAR KARTÖFLUFLÖGUR..................193
85. BBQ SÆTAR KARTÖFLUHNÍSUR...........................195
86. SÆTAR KARTÖFLUR..................................197
87. KALKÚNARENNIBRAUTIR MEÐ SÆTUM KARTÖFLUM..............199
88. SÆTAR KARTÖFLUR OG GULRÓTAR TINGA TACOS................201
89. LINSUBAUNIR OG HRÍSGRJÓN KJÖTBOLLUR....................203
90. SÆTKARTÖFLUMARSHMALLOW POTTUR _...................205
91. CORNFLAKE SÆTKARTÖFLUPOTT.........................207
92. BAUN, HIRSIBRAUÐ MEÐ SÆTUM KARTÖFLUM...................209

93. SÆTAR KARTÖFLUGNOCCHI MEÐ ROKETUPESTÓI 212

94. KASTANÍUHNETU- OG SÆTKARTÖFLUGNOCCHI 215

95. SÆTAR KARTÖFLUR OG GULRÓTARGNOCCHI 219

JERÚSALEM ARTICHOKE 221

96. GRÆNMETIS CARPACCIO 222

97. JERÚSALEM ÞISTILHJÖRTUR MEÐ GRANATEPLI 224

98. ÞISTILHJÖRTU KÓRÍANDER KOKTEILL 226

99. BRENNDUR KJÚKLINGUR MEÐ ÆTIÞISTLI 228

100. SPÍNAT OG SÆTKARTÖFLULASAGNE 230

NIÐURSTAÐA 233

KYNNING

Velkomin í „RÓTGRÆNSTABÓKIN ," yfirgripsmikla handbókina þína til að ná tökum á list rótargrænmetismatargerðar með 100 ljúffengum uppskriftum. Þessi matreiðslubók er tilefni af fjölbreyttum og næringarríkum heimi rótargrænmetis, sem leiðir þig í gegnum matreiðsluferð sem kannar bragðið, áferðina og fjölhæfni þess. Vertu með okkur þegar við leggjum af stað í matreiðsluævintýri sem lyftir auðmjúkum rótum upp í framúrskarandi matreiðslu.

Ímyndaðu þér borð prýtt líflegu ristuðu grænmeti, matarmiklum pottrétti og skapandi réttum - allt innblásið af jarðnesku góðgæti rótargrænmetis. "The I RÓTGRÆNSTABÓKIN " er ekki bara safn af uppskriftum; það er könnun á næringarávinningi, árstíðabundinni fjölbreytni og matreiðslumöguleikum sem rótargrænmeti býður upp á. Hvort sem þú ert vanur heimakokkur eða nýbyrjaður matreiðsluferð, eru þessar uppskriftir unnar til að hvetja þig til að gera sem mest úr neðanjarðarfjársjóðum náttúrunnar.

Allt frá klassísku ristuðu rótargrænmeti til nýstárlegra rétta sem innihalda parsnips, rófur, gulrætur og fleira, hver uppskrift er hátíð jarðnesku bragðanna og næringarauðgi sem rótargrænmetið færir á borðið þitt. Hvort sem þú ert að skipuleggja fjölskyldukvöldverð eða ætlar að bæta fjölbreytni í plöntubundið máltíðir þínar, þá er þessi matreiðslubók þín leið til að ná tökum á list rótargrænmetismatargerðar.

Gakktu til liðs við okkur þegar við grípum inn í matreiðslumöguleika rótargrænmetis, þar sem hver sköpun er vitnisburður um fjölbreytileika og aðlögunarhæfni þessara neðanjarðar gimsteina. Svo, farðu í svuntuna þína, faðmaðu náttúrulega gæskuna og við skulum leggja af stað í bragðmikla ferð í gegnum "RÓTGRÆNSTABÓKIN ."

SNELLUR

1.Sellerí og ostasúfflé

HRÁEFNI:
- 1¾ bolli sellerí, afhýdd og skorin í teninga
- 2 egg úr lausagöngu
- ½ bolli undanrenna 2% fitumjólk
- 1 matskeið maísmjöl
- 4 matskeiðar hálffeitur þroskaður ostur, rifinn
- 2 matskeiðar fínt rifinn parmesan
- ¼ tsk nýrifinn múskat
- ¼ tsk sjávarsalt, skipt
- ¼ tsk nýmalaður svartur pipar
- 2 sprey af ólífuolíuspreyi

LEIÐBEININGAR:
a) Hitið ofninn í 170°C með blæstri, 375°F, gasmerki 5. Smyrjið 2 ofnfastar ramekin að innan og setjið þær í eldfast mót.
b) Afhýðið selleríið og skerið í bita. Bætið þessu og ⅛ teskeið af salti í pott af sjóðandi vatni og eldið í 4-5 mínútur þar til það er mjúkt.
c) Hellið selleríinu og maukið í litlum matvinnsluvél þar til það er slétt, setjið síðan yfir í skál.
d) Ef þú átt ekki litla matvinnsluvél, stappaðu þá bara selleríið í skál með gaffli þar til það er slétt.
e) Kryddið selleríið með salti, pipar og nýrifnum múskat. Rífið ostinn og blandið honum saman.
f) Skiljið eggin að, setjið eggjahvíturnar í hreina skál og setjið eggjarauðurnar í skálina með selleríinu.
g) Þeytið eggjarauður út í sellerímaukið og setjið til hliðar.
h) Slakaðu á maísmjölinu með mjólkinni og helltu blöndunni í pottinn.
i) Hitið yfir meðalhita, þeytið allan tímann, þar til sósan þykknar, eldið síðan í eina mínútu til viðbótar.
j) Bætið 5 matskeiðum af rifnum ostablöndunni út í sósuna og þeytið þar til hún hefur bráðnað. Ekki hafa áhyggjur af því að sósan þín sé miklu þykkari en hellisósa myndi vera, þessi þykka sósa er rétt samkvæmni til að búa til souffléið.
k) Blandið ostasósunni saman við selleríblönduna.
l) Setjið suðupottinn.

m) Notaðu hreinan þeytara og þeytið eggjahvíturnar þar til þær mynda stífa toppa en þeytið ekki of mikið.
n) Eggjahvítan á að vera stíf og topparnir halda lögun sinni án þess að vera eftir fljótandi hvítt.
o) Notaðu spaða eða málmskeið og blandaðu 1 matskeið út í selleríblönduna til að létta hana.
p) Bætið síðan helmingnum af eggjahvítunni sem eftir er út í selleríblönduna.
q) Með léttum snertingu skaltu brjóta þetta hratt saman, skera í gegnum blönduna og snúa henni við, þar til allt er vel blandað en samt létt og loftgott.
r) Endurtaktu með afganginum af þeyttu eggjahvítunni. Hellið blöndunni jafnt á milli tilbúnu ramekinanna og stráið restinni af rifnum osti yfir.
s) Setjið ramekin í steiktu fatið og hellið varlega um 2,5 cm/1" af sjóðandi vatni í steiktu fatið, passið að skvetta ekki ramekinunum.
t) Setjið inn í ofn og eldið í 20-25 mínútur þar til soufflés eru vel lyftar og gullinbrúnar.
u) Berið fram beint af ramekininu og borðið strax!

2.Sellerí og eplasúpa með muldum valhnetum

HRÁEFNI:

- 1 laukur, afhýddur og saxaður gróft
- 1 sellerí (600–800 g), afhýdd og skorin í teninga
- 2 Cox's epli, afhýdd, kjarnhreinsuð og grófsöxuð
- 2 matskeiðar ólífuolía
- 1 msk timjanblöð
- 1 lítri grænmetiskraftur
- Sjávarsalt og nýmalaður svartur eða hvítur pipar
- Að þjóna
- Stór handfylli af valhnetum, gróft saxaðar
- Extra virgin ólífuolía, til að drekka

LEIÐBEININGAR:

a) Undirbúið laukinn, selleríið og eplin eins og upptalið er.

b) Setjið stóran pott yfir meðalhita og bætið ólífuolíu út í. Þegar hann er heitur, bætið lauknum við með klípu af salti og eldið í 4–5 mínútur, eða þar til hann er mjúkur en ekki litaður.

c) Bætið selleríinu, eplum og timjanlaufum út í og eldið í 5 mínútur.

d) Hellið grænmetiskraftinum út í og látið suðuna koma upp. Haltu áfram að malla í 5 mínútur í viðbót, eða þar til selleríið er mjúkt.

e) Takið pönnuna af hellunni og notið stavblanda til að blanda vel saman. Kryddið með salti og pipar, smakkið til og bætið meira kryddi við eftir þörfum.

f) Hellið í volgar skálar, stráið söxuðum valhnetum yfir og dreypið smá extra virgin ólífuolíu yfir áður en borið er fram.

3. Svínasnitsel með selleríremúlaði

HRÁEFNI:
- 2 x 220g beinlausar svínakótilettur
- 50 g venjulegt hveiti
- 1 egg
- 80 g ferskt brauðrasp
- 1 tsk þurrkað dill
- 1 tsk paprika
- Jurtaolía, til steikingar
- Sjávarsalt og nýmalaður svartur pipar
- Fyrir remúlaði
- 200 g sellerí, afhýdd og söxuð
- 2 matskeiðar majónesi
- 1 tsk heilkorns sinnep
- 2 matskeiðar sýrður rjómi
- 1 matskeið fínt söxuð flatblaða steinselja
- Kreista af sítrónusafa

AÐ ÞJÓNA
- 2 litlar handfyllir af karsa
- Sítrónubátar (valfrjálst)

LEIÐBEININGAR:
a) Notaðu beittan hníf til að snyrta fituna af hverri kótilettu. Leggðu þau á milli tveggja matarfilmu og notaðu hammer eða kökukefli til að fletja þau út í 5 mm þykkt.
b) Setjið hveitið í grunna skál, kryddið með salti og pipar og blandið vel saman. Þeytið eggið létt í annarri grunnri skál. Setjið brauðmylsnuna í þriðju grunna skálina og blandið dilliinu og paprikunni saman við. Kryddið báðar hliðar kótelettanna, hjúpið síðan hverja þeirra fyrst með hveiti, síðan í egginu og að lokum með brauðraspinu.
c) Fyrir remúlaði, setjið sellerí, majónes, sinnep, sýrðan rjóma og steinselju í stóra skál og blandið vel saman. Bætið smá sítrónusafa út í og kryddið eftir smekk. Setja til hliðar.
d) Hitið 1 cm dýpt af jurtaolíu á pönnu. Þegar það er heitt skaltu bæta snitselnum varlega út í og steikja í 2–3 mínútur á hvorri hlið. Tæmið á eldhúspappír.

e) Berið snitselinn fram með rausnarlegri skeið af remúlaði, handfylli af karsa og sítrónubát (ef hann er notaður) til hliðar.

4.Hvítlauksrisotto Með Quail

HRÁEFNI:
- Sellerí 1/2 lítill, skorinn í 1 cm bita
- ólífuolía
- hvítlaukur 1 laukur, negull afhýddur
- rósmarín 1 grein
- skalottlaukur 1, smátt skorinn
- blaðlaukur 1, smátt skorinn
- timjanblöð 1 tsk
- smjör 100g
- risotto hrísgrjón 400 g
- grænmetisolía
- kjúklingakraftur 1,5 lítrar
- P ecorino ostur 80g, fínt rifinn
- flatblaða steinselja lítil handfylli, söxuð
- quail 4, hreinsaður og spatchcocked

LEIÐBEININGAR:
a) Hitið ofninn í 180C/blástur 160C/gas 4. Setjið snefilselleríið á bökunarplötu. Kryddið og dreypið smá jurtaolíu yfir. Steikið í 15 mínútur, eða þar til mjúkt og brúnt.
b) Á meðan skaltu setja hvítlauk, rósmarín og 100 ml af ólífuolíu á litla pönnu (þannig að hvítlaukurinn fari á kaf, bætið við meiri olíu ef þarf) og hitið varlega í 10 mínútur, eða þar til hvítlaukurinn er mjúkur og létt gylltur.
c) Fjarlægðu og kældu olíuna. Þú getur notað afganginn af hvítlauksolíu til að elda, en geymdu hana í kæli og notaðu innan viku.
d) Steikið skalottlaukur, blaðlauk og timjan með 50 g af smjöri og 50 ml ólífuolíu. Tímabil. Þegar grænmetið er orðið mjúkt bætið við hrísgrjónunum og hrærið þar til öll kornin eru húðuð.
e) Hitið varlega í 1 mínútu til að sprunga hrísgrjónin (þetta gerir það að verkum að það frásogast auðveldara).
f) Bætið 500 ml af soði út í risottoið og hrærið þar til allt er frásogast. Endurtaktu 2 sinnum í viðbót. Þetta ætti að taka um 20 mínútur. Bættu við meira soði ef þú þarft, til að fá rjómalögun.

g) Takið af hitanum þegar hrísgrjónin eru mjúk, bætið selleríinu, restinni af smjörinu, ostinum og steinseljunni út í og kryddið. Lokið með loki og látið hvíla.

h) Snúðu ofninn í 200C/blástur 180C/gas 6. Hitið pönnu á miðlungshita. Smyrjið og kryddið vaktina og setjið fuglana með húðhliðinni niður á pönnu í 4 mínútur þar til þær eru gullnar og kulnaðar.

i) Snúið við og eldið í 2 mínútur til viðbótar. Færið yfir á bökunarplötu og steikið í 10-15 mínútur þar til það er eldað í gegn og safinn rennur út. Hvíldu í 2 mínútur undir filmu. Skiptið risottonum á milli heitra diska.

j) Saxið vaktlina í tvennt meðfram bakinu og setjið risotto á. Notaðu bakið á hníf, myljið confitan hvítlaukinn og dreifið honum yfir.

5.Kræklingasúpa með saffran

HRÁEFNI:

- 750 g (1lb 10oz) lítill kræklingur, hreinsaður
- 4 msk þurrt hvítvín
- 50 g (2oz) smjör
- 225 g (8oz) afhýdd sellerí, saxað
- 125 g (4½oz) blaðlaukur, skorinn í sneiðar
- 1 lítill hvítlauksgeiri, saxaður
- um 750ml fiskistofn
- góð klípa af saffran þráðum
- 175 g (6oz) vínviðarþroskaðir tómatar
- 4 msk crème fraîche

LEIÐBEININGAR:

a) Setjið kræklinginn og 2 matskeiðar af víninu á meðalstóra pönnu. Setjið yfir háan hita og eldið í 2–3 mínútur eða þar til kræklingurinn hefur nýlega opnast.

b) Bræðið smjörið á hreinni pönnu, bætið selleríinu, blaðlauknum, hvítlauknum og afganginum af víninu út í. Lokið og eldið varlega í 5 mínútur.

c) Setjið allt nema síðustu matskeiðin eða tvær af kræklingavatninu í stóra mælikönnu og fyllið upp í 900 ml með fiskikraftinum. Bætið á pönnuna með grænmeti ásamt saffraninu og tómötunum, setjið lok á og látið malla varlega í 30 mínútur.

d) Látið súpuna kólna aðeins, blandið síðan þar til hún er slétt. Farðu fyrst í gegnum sigti, farðu síðan aftur í gegnum chinois á hreina pönnu, láttu suðuna koma upp aftur. Hrærið crème fraîche og smá kryddi saman við eftir smekk.

e) Takið pönnuna af hellunni og hrærið kræklingnum saman við til að hitna hann í stutta stund, en leyfið þeim ekki að elda meira en þeir hafa þegar.

PARSNIP

6.Brún hrísgrjón, möndlur og grænmetiskrokettur

HRÁEFNI:
- 1½ bollar Stuttkorna hýðishrísgrjón
- 3½ bollar affitað soð
- 1 tsk Salt
- 1 matskeið Olía
- ½ bolli Hakkað sellerí
- ¾ bolli Rifinn pastinak
- ¾ bolli rifnar sætar kartöflur eða gulrætur
- ¾ bolli Hakkaður grænn laukur
- ¼ bolli ristaðar og sneiddar möndlur
- ½ bolli Ristað brauðrasp
- ⅓ bolli Hakkað fersk steinselja
- 1 matskeið sojasósa með minni natríum
- 1 egg, þeytt

LEIÐBEININGAR:

a) Í miðlungs potti yfir miðlungs-háum hita, hitið hýðishrísgrjónin, fitusýra soðið og saltið að suðu. Lokið pottinum og lækkið hitann í lágan. Eldið hrísgrjónin í 40 til 45 mínútur eða þar til allt vatnið hefur verið frásogast. Látið kólna.

b) Í 10 tommu nonstick pönnu yfir miðlungs-háum hita, blandaðu saman olíu, hakkað sellerí, rifnum pastinip og rifnum sætum kartöflum eða gulrótum. Eldið og hrærið í 3 til 5 mínútur eða þar til grænmetið er mjúkt en ekki brúnt. Bætið söxuðum grænum lauk út í og eldið í 1 mínútu í viðbót. Takið af hitanum.

c) Í stórri skál skaltu sameina steikta grænmetið, ristaðar og sneiddar möndlur, ristað brauðmylsnu, saxaða ferska steinselju, sojasósu með minni natríum, þeytt egg og soðin brún hrísgrjón. Blandið öllu vel saman til að tryggja jafna dreifingu.

d) Myndaðu blönduna í 3 tommu bökunarbollur, mótaðu þær með höndunum.

e) Þvoið og þurrkið pönnu sem notuð er til að steikja grænmetið. Húðaðu pönnuna með nonstick grænmetisúða og settu hana yfir meðalháan hita.

f) Þegar pönnuna er orðin heit, bætið þá krókettunum á pönnuna. Eldið í 3 til 5 mínútur á hvorri hlið eða þar til þær verða gullinbrúnar og stökkar.

g) Takið króketturnar af pönnunni og berið þær fram heitar.

7.Kalkúnakæfa með svissneskum Chard Og Parsnip

HRÁEFNI :

- 1 matskeið canola olía
- 1 pund kalkúnalæri
- 1 gulrót, snyrt og saxað
- 1 blaðlaukur, saxaður
- 1 pastinip, saxað
- 2 hvítlauksrif, söxuð
- 1 ½ lítri kalkúnasoð
- 2ja stjörnu anísbelgir
- Sjávarsalt, eftir smekk
- ¼ tsk malaður svartur pipar, eða meira eftir smekk
- 1 lárviðarlauf
- 1 búnt af ferskri taílenskri basilíku
- ¼ tsk þurrkað dill
- ½ tsk túrmerikduft
- 2 bollar svissneskur Chard, rifinn í bita

LEIÐBEININGAR :

a) Ýttu á „Sauté" hnappinn og hitið rapsolíuna. Brúnið nú kalkúnalæri í 2 til 3 mínútur á hvorri hlið; varasjóður.

b) Bætið við skvettu af kalkúnasoði til að skafa upp brúna bita frá botninum.

c) Bætið síðan gulrótinni, blaðlauknum, pastinipinu og hvítlauknum í Instant Pot. Steikið þar til þær eru mjúkar.

d) Bætið restinni af kalkúnasoði, stjörnuanísbelgjum, salti, svörtum pipar, lárviðarlaufi, taílenskri basilíku, dilli og túrmerikdufti út í.

e) Festið lokið. Veldu stillinguna „súpa" og eldið í 30 mínútur. Þegar eldun er lokið, notaðu náttúrulega þrýstilosun; fjarlægðu lokið varlega.

f) Hrærið svissnesku kardinu saman við á meðan það er enn heitt til að visna laufin. Njóttu!

8.Ferskja Og Parsnip hvolf kaka

HRÁEFNI:
- 200g (tæmd þyngd) niðursoðnar perur í safa
- 225g (tæmd þyngd) niðursoðnar ferskjusneiðar í safa
- 225 g rifinn pastinak
- 85 g sultana
- 225g sjálfhækkandi hveiti
- 2 tsk lyftiduft
- ¼ tsk bíkarbónat af gosi
- 2 tsk blandað krydd
- 100ml jurtaolía
- 3 stór egg, þeytt
- 1 tsk vanilluþykkni

LEIÐBEININGAR:
a) Hitið ofninn í 200°C/180°C blástur. Smyrðu og klæddu 8 tommu (20 cm) hringlaga kökuform með bökunarpappír. Tæmið niðursoðna ávextina.
b) Maukið perurnar með gaffli í skál.
c) Raðið ferskjusneiðunum í vindmyllu eða hringmynstur neðst á kökuforminu, hafðu bil á milli en dreift þeim jafnt.
d) Í sérstakri skál, blandið öllum hráefnunum sem eftir eru (rifin pastinak, sultanas, sjálfhækkandi hveiti, lyftiduft, bíkarbónat úr gosi, blönduðu kryddi, jurtaolíu, þeyttum eggjum og vanilluþykkni) saman við maukaða peruna með tréskeið þar til blandað vandlega saman.
e) Hellið blöndunni yfir ferskjurnar í kökuforminu og tryggið að þær séu jafnt þaknar.
f) Bakið kökuna í 35 mínútur þar til hún verður brún.
g) Áður en kakan er tekin úr ofninum skal klæða bökunarpappír á bökunarplötu.
h) Takið kökuna úr ofninum og snúið henni strax út á klædda bökunarplötuna þannig að ferskjurnar eru núna ofan á kökunni. Fjarlægðu bökunarpappírinn af kökunni og settu hana aftur inn í ofninn í 15 mínútur í viðbót þar til deigið á toppnum er fulleldað.
i) Takið kökuna úr ofninum og leyfið henni að kólna á rist áður en hún er borin fram.

9. Garbanzo Parsnip Gnocchi Með Granatepli

HRÁEFNI:
- 2 bollar soðnar garbanzo baunir (kjúklingabaunir), tæmdar og skolaðar
- 1 bolli soðin pastinak, maukuð
- 1 ½ bolli alhliða hveiti
- ¼ bolli næringarger (valfrjálst, fyrir aukið bragð)
- 1 tsk salt
- ½ tsk hvítlauksduft
- ¼ tsk svartur pipar
- Ólífuolía (til matreiðslu)
- Þitt val um sósu (td marinara, pestó) til að bera fram
- Granatepli fræ (til að bera fram)

LEIÐBEININGAR:
a) Blandið saman soðnum garbanzo baunum og maukuðum pastinak í stóra blöndunarskál. Maukið þær saman með kartöflustöppu eða gaffli þar til þær eru vel blandaðar.
b) Bætið hveiti, næringargeri (ef það er notað), salti, hvítlauksdufti og svörtum pipar í skálina. Hrærið vel til að blanda saman og mynda deig.
c) Rykið hreint yfirborð með hveiti og flytjið gnocchi deigið yfir á það. Hnoðið deigið varlega í nokkrar mínútur þar til það verður slétt og teygjanlegt. Gætið þess að ofhnoða ekki.
d) Skiptið deiginu í smærri hluta. Taktu einn skammt og rúllaðu honum í langt reipi um það bil ½ tommu þykkt. Endurtaktu með afganginum af deiginu.
e) Notaðu hníf eða bekksköfu til að skera strengina í litla bita, um það bil 1 tommu að lengd. Þú getur skilið þær eftir eins og þær eru eða notað aftan á gaffli til að búa til hryggja á hvern bita.
f) Látið suðu koma upp í stórum potti af saltvatni. Bætið gnocchi saman við í skömmtum, passið að yfirfylla ekki pottinn. Eldið gnocchi í um 2-3 mínútur eða þar til þeir fljóta upp á yfirborðið. Þegar þeir fljóta, eldið í 1 mínútu til viðbótar og fjarlægið þá með skeiðskeið eða könguóarsíu. Endurtaktu þar til allt gnocchi er eldað.

g) Hitið smá ólífuolíu á pönnu við meðalhita. Bætið soðnum gnocchi saman við í einu lagi og eldið í nokkrar mínútur þar til þeir verða léttbrúnaðir og stökkir. Snúið þeim við og eldið í aðra eða tvær mínútur. Endurtaktu með gnocchi sem eftir er.

h) Berið Garbanzo Parsnip Gnocchi fram heitan með sósu að eigin vali, eins og marinara eða pestó.

i) Þú getur líka bætt við rifnum parmesanosti, granateplafræjum og ferskum kryddjurtum til skrauts ef vill.

10.Parsnip Og Gulrót Fritters

HRÁEFNI:
- 225 grömm Parsnip; rifið
- 2 miðlungs gulrætur; rifið
- 1 laukur; rifið
- 3 matskeiðar ferskur niðurskorinn graslaukur
- Salt og nýmalaður svartur pipar
- 2 meðalstór egg
- ½ pakki Svínapylsur
- 100 grömm af sterkum cheddarosti
- 40 grömm af venjulegu hveiti
- 2 matskeiðar Fersk saxuð steinselja

LEIÐBEININGAR:
a) Blandið pastinip, gulrótum, lauk, graslauk, kryddi og einu eggi saman þar til það er vel blandað saman. Skiptið í fernt, fletjið út í grófar pönnukökur.
b) Hitið stóra pönnu og eldið pylsurnar í 10 mínútur, snúið öðru hverju þar til þær eru gullnar.
c) Á meðan bætið þið pönnukökunum á pönnuna og steikið í 3 mínútur á hvorri hlið þar til þær eru gullnar
d) Blandið restinni af hráefnunum saman til að mynda þétt deig og rúllið í stórt form. Skerið í fernt.
e) Saxið pylsurnar og skiptið þeim á milli brauðanna. Toppið hvern með ostasneið.
f) Setjið undir forhitað grillið og eldið í 5-8 mínútur þar til það er freyðandi og bráðnað.
g) Berið fram strax skreytt með graslauk og chutney.

11. Vetrarsúpa úr parsnip

HRÁEFNI:
- 1½ bolli gulur laukur – þunnt sneiddur
- 1 bolli sellerí – þunnt sneið
- 16 aura af grænmetissoði
- 3 bollar barnaspínat
- 4 bollar niðurskorin pastinak , afhýdd og skorin í teninga
- 1 matskeið kókosolía
- ½ bolli kókosmjólk

LEIÐBEININGAR:
a) H borðaðu olíu á stórri pönnu við vægan hita og eldaðu laukinn og selleríið .
b) Bætið pastinipunum og soðinu út í og látið suðuna koma upp.
c) Lækkið hitann í lágan og setjið lok á í 20 mínútur.
d) Bætið spínatinu út í, hrærið vel saman, takið af hitanum og maukið súpuna í lotum í blandara þar til hún er slétt.
e) Bætið kókosmjólkinni út í og berið fram strax.

RÓFA

12.Bbq sætabrauð

HRÁEFNI:

- 4 frystar bökuskeljar; þiðnað
- 1¼ pund Pulled Pork
- 4 miðlungs s Kartöflur; hægelduðum
- 1 stór laukur; hægelduðum
- ¼ bolli Rutabaga; hægelduðum
- 1 gulrót skorin í teninga
- ½ matskeið salvía
- ½ matskeið timjan
- Salt og pipar

LEIÐBEININGAR:

a) Blandið öllu hráefninu saman og setjið ¼ í hverja bökuskel. skarast deigið yfir fyllinguna til að búa til brota -mánlaga bökur.

b) Lokaðu brúnunum og skerðu nokkrar litlar raufar ofan á.

c) Grillið í 15 mínútur.

13.R utabaga Kartöfluplokkfiskur

HRÁEFNI:
- 1 pund magurt nautahakk
- 1 laukur, saxaður
- 4 stilkar sellerí, saxaðir
- 3/4 bolli tómatsósa
- 7 bollar vatn
- 1/2 bolli barnagulrætur
- 1 lítil rútabaga, saxuð
- 4 stórar kartöflur, saxaðar
- 1 lítið höfuðkál, smátt saxað

LEIÐBEININGAR:

a) Hrærið í potti og eldið sellerí, lauk og hamborgara á meðalhita þar til kjötið er brúnt. Tæmdu auka fitu.

b) Blandið saman kartöflum, rutabaga, barnagulrótum, vatni og tómatsósu. Sjóðið.

c) Látið malla í 20 mínútur við lágan hita.

d) Hrærið söxuðu káli saman við. Látið malla þar til grænmetið er mjúkt í 30-45 mínútur.

14. Rótargrænmeti Nautakjöt

HRÁEFNI:
- 1 pund magurt nautahakk (90% magurt)
- 1 meðalstór laukur, saxaður
- 2 dósir (14-1/2 únsur hver) nautasoð með minni natríum
- 1 miðlungs sæt kartöflu, skrældar og skornar í teninga
- 1 bolli gulrætur í teningum
- 1 bolli skrældar rútabaga í teningum
- 1 bolli skrældar parsnips í teningum
- 1 bolli skrældar kartöflur í teningum
- 2 matskeiðar tómatmauk
- 1 tsk Worcestershire sósa
- 1/2 tsk þurrkað timjan
- 1/4 tsk salt
- 1/4 tsk pipar
- 1 matskeið maíssterkju
- 2 matskeiðar vatn

LEIÐBEININGAR:

a) Í stórum katli eða hollenska ofninum, eldið lauk og nautakjöt við miðlungshita þar til ekkert bleikt eftir; tæmdu síðan.

b) Bætið við pipar, salti, timjan, Worcestershire sósu, tómatmauki, grænmeti og seyði. Látið sjóða. Lægri hiti; látið malla á meðan það er þakið í 30-40 mínútur, þar til grænmetið er mjúkt.

c) Blandaðu vatni og maíssterkju saman í pínulitla skál þar til það er slétt; blandið út í soðið. Látið suðuna koma upp; eldið og blandið í 2 mínútur, þar til það er þykkt.

15.Kalkúnapylsa með rótargrænmeti

HRÁEFNI:
- 1 pakki (14 aura) reyktur kalkúnn kielbasa, skorinn í 1/2 tommu bita
- 1 meðalstór laukur, saxaður
- 1 bolli skrældar rútabaga í teningum
- 1 bolli sneiddar gulrætur
- 1 tsk canola olía
- 4 bollar skrældar kartöflur í teningum
- 1 dós (14-3/4 aura) natríumsnautt kjúklingasoð
- 1 tsk þurrkað timjan
- 1/4 tsk nudduð salvía
- 1/4 tsk pipar
- 1 lárviðarlauf
- 1/2 meðalstórt höfuðkál, skorið í 6 báta
- 1 tsk alhliða hveiti
- 1 matskeið vatn
- 1 matskeið söxuð fersk steinselja
- 2 tsk eplasafi edik

LEIÐBEININGAR:
a) Eldið gulrætur, rutabaga, lauk og pylsur í hollenskum ofni með olíu þar til laukurinn er mjúkur, eða um það bil 5 mín. Setjið lárviðarlauf, pipar, salvíu, timjan, seyði og kartöflur út í. Sjóðið. Toppið með kálbátunum. Lækkið hitann og látið malla, undir loki, þar til hvítkál og kartöflur eru mjúkar, eða um 20 til 25 mínútur.
b) Flyttu hvítkál varlega í grunna skál; haltu síðan hita. Fjarlægðu lárviðarlaufið. Blandið vatni og hveiti þar til þau verða orðin
c) sléttur; hrærið út í pylsublönduna. Sjóðið og eldið á meðan hrært er þar til það þyknar, eða um það bil 2 mín. Hrærið ediki og steinselju saman við. Bætið ofan á kálið með skeið.

16. Rík ungversk gúllasúpa

HRÁEFNI:
- 1-1/4 pund nautakjöt, skorið í 1 tommu teninga
- 2 matskeiðar ólífuolía, skipt
- 4 meðalstórir laukar, saxaðir
- 6 hvítlauksrif, söxuð
- 2 tsk paprika
- 1/2 tsk kúmenfræ, mulin
- 1/2 tsk pipar
- 1/4 tsk cayenne pipar
- 1 tsk saltlaus kryddblanda
- 2 dósir (14-1/2 únsur hver) nautasoð með minni natríum
- 2 bollar skrældar kartöflur í teningum
- 2 bollar sneiðar gulrætur
- 2 bollar skrældar rútabagas í teningum
- 2 dósir (28 aura hvor) sneiddir tómatar, ótæmdir
- 1 stór sæt rauð paprika, saxuð
- 1 bolli (8 aura) fitulaus sýrður rjómi

LEIÐBEININGAR:

a) Brúnið nautakjöt í hollenskum ofni í 1 msk olíu við meðalhita. Taktu nautakjötið út; látið renna af dropum.

b) Næst skaltu hita olíuna sem eftir er á sömu pönnu; steikið hvítlauk og lauk við meðalhita þar til hann er ljósbrúnt, 8-10 mínútur. Bætið við kryddblöndunni, cayenne, pipar, kúmeni og papriku; eldið og hrærið í eina mínútu.

c) Setjið nautakjötið aftur á pönnuna. Bæta við rutabagas, gulrótum, kartöflum og seyði; látið suðuna koma upp. Næst skaltu lækka hitann; lokið og soðið í 1 1/2

d) klukkustundir, eða þar til kjötið er næstum meyrt og grænmetið meyrt.

e) Settu í rauða papriku og tómata; aftur að suðu. Dragðu síðan úr hitanum; hylja og soðið í 30-40 mínútur í viðbót, eða þar til kjötið og grænmetið er mjúkt. Njóttu með sýrðum rjóma.

17. Bókhveiti bakað með rótargrænmeti

HRÁEFNI:
- Matreiðslusprey með ólífuolíu
- 2 stórar kartöflur, skornar í teninga
- 2 gulrætur, sneiddar
- 1 lítil rútabaga, í teningum
- 2 sellerístilkar, saxaðir
- ½ tsk reykt paprika
- ¼ bolli auk 1 matskeið ólífuolía, skipt
- 2 rósmarín greinar
- 1 bolli bókhveiti
- 2 bollar grænmetissoð
- 2 hvítlauksrif, söxuð
- ½ gulur laukur, saxaður
- 1 tsk salt

LEIÐBEININGAR:
a) Forhitaðu loftsteikingarvélina í 380°F. Húðaðu létt að innan á 5 bolla eldunarformi með ólífuolíu matreiðsluúða. (Lögun brauðformsins fer eftir stærð loftsteikingarvélarinnar, en hann þarf að geta geymt að minnsta kosti 5 bolla.)
b) Í stórri skál skaltu kasta kartöflum, gulrótum, rutabaga og sellerí með paprikunni og ¼ bolli af ólífuolíu.
c) Hellið grænmetisblöndunni í tilbúið eldfast mót og toppið með rósmaríngreinunum. Setjið eldfast mótið í loftsteikingarvélina og bakið í 15 mínútur.
d) Á meðan grænmetið er að eldast skaltu skola og tæma bókhveiti.
e) Í meðalstórum potti yfir miðlungs-háum hita, blandaðu saman grjónunum, grænmetiskraftinum, hvítlauknum, lauknum og salti með 1 matskeið af ólífuolíu sem eftir er. Látið suðuna koma upp, lækkið hitann í lágan, lokið á og eldið í 10 til 12 mínútur.
f) Taktu eldfast mót úr loftsteikingarvélinni. Fjarlægðu rósmaríngreinarnar og fargið. Hellið soðnu bókhveitinu í fatið ásamt grænmetinu og hrærið saman. Hyljið með álpappír og bakið í 15 mínútur til viðbótar.
g) Hrærið áður en borið er fram.

18. Sjóbirtingur með ristuðu rótargrænmeti

HRÁEFNI:
- 1 gulrót, smátt skorin
- 1 parsnip, smátt skorinn
- 1 rútabaga, smátt skorin
- ¼ bolli ólífuolía
- 2 tsk salt, skipt
- 4 sjóbirtingsflök
- ½ tsk laukduft
- 2 hvítlauksrif, söxuð
- 1 sítróna, sneið, auk báta til viðbótar til framreiðslu

LEIÐBEININGAR:
a) Forhitaðu loftsteikingarvélina í 380°F.
b) Í lítilli skál, kastaðu gulrót, pastinip og rutabaga með ólífuolíu og 1 teskeið salti.
c) Kryddið sjóbirtinginn létt með 1 tsk af salti og laukduftinu sem eftir er og setjið það síðan í loftsteikingarkörfuna í einu lagi.
d) Dreifið hvítlauknum ofan á hvert flak og hyljið síðan með sítrónusneiðum.
e) Hellið tilbúnu grænmetinu í körfuna utan um og ofan á fiskinn. Steikið í 15 mínútur.
f) Berið fram með viðbótar sítrónubátum ef vill.

19. Kjötætur nautapottréttur með rótargrænmeti

HRÁEFNI:
- 2 pund nautakjöt
- 1/3 bolli alhliða hveiti
- Klípið fínt sjávarsalt
- 3 matskeiðar dýrafita
- 3 bollar nautakraftur skipt
- 6 franskir skalottlaukar skrældir og helmingaðir
- 2 litlir laukar skrældir, skornir í 8
- 2 hvítlauksgeirar saxaðir
- 1 lb rutabaga afhýdd og skorin í 1 tommu teninga
- 3 meðalstórar gulrætur skrældar og skornar í mynt
- 1 tsk Dijon sinnep

LEIÐBEININGAR:
a) Forhitið ofninn í 275°F.
b) Hrærið 1 tsk af fínu sjávarsalti saman við hveitið. Stráið 4 matskeiðum af krydduðu hveiti yfir nautakjötið og blandið nautakjötinu vel út í hveitið.
c) Bræðið 1 msk dýrafitu yfir meðalhita í stórum hollenskum ofni.
d) Bætið nautakjöti út í og brúnið kjötið yfir allt, snúið hverjum bita með töng. Setja til hliðar.
e) Hellið um 1/2 bolla af nautakrafti á pönnuna til að deglaze; Skafið botninn til að ná upp öllum brúnuðu bitunum. Hellið þessari sósu yfir brúnaða nautakjötið.
f) Flyttu yfir í skál.
g) Við meðalhita bræðið matskeið af dýrafitu í pottinum. Hrærið skalottlauknum og lauknum út í.
h) Steikið í 2 mínútur og bætið svo hvítlauknum út í; bætið við rutabaga, gulrótum líka. Steikið í 3-4 mínútur þar til grænmetið hefur mýkst í kringum brúnirnar.
i) Stráið afganginum af krydduðu hveiti yfir grænmetið (um 2 matskeiðar) og hrærið vel til að hjúpa.
j) Eldið í um það bil eina mínútu og hellið síðan afganginum af nautakraftinum út í.
k) Setjið nautakjötið og allan safa aftur í pottinn. Bætið Dijon við. Hrærið vel saman. Lokið pottinum með þéttu loki og setjið inn í ofn.

l) Steikið soðið rólega í 3 klst. Takið lokið af og eldið í klukkutíma til viðbótar. Leyfið soðinu að kólna í um 15 mínútur áður en það er borið fram.

m) Berið fram með kartöflumús.

20.Tapíókasúpa og haustgrænmeti

HRÁEFNI:
- 3 bollar grænmetissoð
- 1 grein rósmarín
- 4 blöð salvía
- 1 appelsína, safi og rifinn börkur
- 1 lítil rútabaga, skorin í julienne
- 3 gulrætur, sneiddar
- 1 sæt kartöflu, afhýdd, skorin langsum og skorin í sneiðar
- 10 radísur, skornar í fjórða
- 2 bollar (500 ml) sojamjólk
- 1 tsk (5 ml) karrýduft
- 1 tsk malað engifer
- 1/2 tsk malað túrmerik
- 1/4 bolli stórar tapíókaperlur
- 1/2 rauðlaukur, smátt saxaður
- 1 matskeið söxuð flatblaða steinselja
- 1 matskeið graskersfræ

LEIÐBEININGAR:

a) Hitið grænmetissoðið með rósmarín, salvíu og appelsínusafa.

b) Látið suðuna koma upp og bætið við rutabaga, gulrótum, sætum kartöflum og radísum. Eldið í um það bil 15 mínútur. Setja til hliðar.

c) Hitið sojamjólkina í öðrum potti með karrýinu, engiferinu og túrmerikinu.

d) Látið malla, stráið tapioca yfir og eldið varlega í 20 mínútur eða þar til tapiocaið verður hálfgagnsært.

e) Hitið soðið með grænmetinu, fjarlægið rósmarín og salvíu og á síðustu stundu bætið við tapíókablöndunni, appelsínuberki, lauk, graskersfræjum og steinselju.

21.Gerjað saxað salat með Rutabaga

HRÁEFNI:

- 1 radísa, smátt skorin
- ½ lítill laukur, smátt saxaður
- 1 rófa, skorin í ½ tommu bita
- 1 gulrót, skorin í ½ tommu bita
- 3 lítil epli, skorin í ½ tommu bita
- Handfylli af grænum baunum, saxaðar í 1 tommu lengd
- 1 rutabaga, skorin í ½ tommu bita
- 1 til 2 vínberjalauf, grænkálsblöð eða önnur stór laufgræn (valfrjálst)
- 3 matskeiðar óhreinsað fínt sjávarsalt eða 6 matskeiðar óhreinsað gróft sjávarsalt
- 1 lítri (eða lítra) síað vatn

LEIÐBEININGAR:

a)   Í meðalstórri skál, blandaðu saman radísunni, lauknum, næpunni, gulrótinni, eplum, grænum baunum og rutabaga; flytja í litla krukku.

b)   Settu vínberjalaufin eða annað laufgrænt ofan á hakkað salat innihaldsefni til að hjálpa til við að halda þeim undir saltvatninu og vegið niður með matarvænum lóðum eða krukku eða skál af vatni.

c)   Leysið saltið upp í vatninu í könnu eða stóru mæliglasi, hrærið ef þarf til að hvetja saltið til að leysast upp. Hellið saltvatninu yfir salatið, hyljið með loki eða klút og leyfið því að gerjast í eina viku.

d)   Fjarlægðu lóðin og fjarlægðu og fargaðu vínberjalaufin eða öðru laufgrænu. Setjið í krukkur eða skál, hyljið og geymið í kæli þar sem salatið ætti að endast sex mánuði til eitt ár.

22.Haust kjúklinga- og rótargrænmetiskæfa

HRÁEFNI:
- 1 Pakki Rjómasúpubotn, útbúinn
- 1 pund kjúklingabringur, beinlaus, roðlaus
- ¼ bolli sítrónusafi
- 4 ea. Hvítlauksrif, möluð
- ¼ bolli Ólífuolía
- 8 únsur. Laukur, sneiddur
- 8 únsur. Sætar kartöflur, skrældar og skornar í teninga
- 4 únsur. Parsnip, afhýdd og skorin í teninga
- 4 únsur. Gulrætur, skrældar og skornar í teninga
- 4 únsur. Rutabaga, afhýdd og skorin í teninga
- 4 únsur. Ræfur, skrældar og skornar í teninga
- 2 ea. Hvítlauksrif, söxuð
- 3 bollar kjúklingabotn, tilbúinn
- ¼ bolli Salvía, fersk, saxuð
- Eftir þörfum Kosher salt og sprunginn pipar
- Eftir þörfum Baby Rucola, leiftursteikt (valfrjálst)

LEIÐBEININGAR:
a) Útbúið rjómasúpubotn samkvæmt leiðbeiningum á pakka.
b) Blandið kjúklingabringum, sítrónusafa, hvítlauk og ólífuolíu saman í renniláspoka og látið marinerast í kæli í 1 klukkustund.
c) Forhitið hitaveituofn í 375°F. Setjið tæmd kjúkling á bökunarpappírsklædda plötu, kryddið með salti og pipar. Steikið í 12 mínútur á hlið eða þar til innra hitastigið nær 165°F. Kælið og dragið kjúklinginn.
d) Bræðið smjör í sérstökum potti. Bætið við lauk, sætum kartöflum, pastinip, gulrótum, rutabaga og rófum. Eldið þar til laukurinn er hálfgagnsær.
e) Bætið tilbúnum kjúklingabotni við grænmetisblönduna, látið suðuna koma upp og lækkið hitann og látið malla þar til grænmetið er meyrt.
f) Bætið við tilbúnum rjómasúpubotni, kjúklingi og saxaðri salvíu. Setjið yfir miðlungshita og eldið þar til Chowder nær 165°F. Haltu fyrir þjónustu.
g) Kryddið eftir smekk og skreytið með leiftursteiktri rucola að vild.

23.Hausthátíð Kalkúnskæfa

HRÁEFNI:
- 2,5 únsur. Smjör
- 12,5 únsur. Laukur, hvítur, sneiddur
- 12,5 únsur. Paltikar, afhýddar, skornar í teninga
- 12,5 únsur. Ræfur, afhýddar, skornar í teninga
- 12,5 únsur. Rutabagas, skrældar, skornar í teninga
- 12,5 únsur. Gulrætur, skrældar, skornar í teninga
- 12,5 únsur. Sætar kartöflur, skrældar, sneiddar
- 2,5 kv. bækistöð í Tyrklandi
- 1 ea. Rjómasúpubotn, 25,22 oz. poki, tilbúinn
- 40 únsur. Kalkúnabringa, ristuð, í teningum
- ½ bolli Salvía, fersk, söxuð
- Eftir þörfum Kosher salt
- Eftir þörfum Sprunginn pipar
- Eftir þörfum Cheddar osti, rifinn

LEIÐBEININGAR:

a) Bræðið smjör í stórum potti yfir meðalhita. Steikið lauk, parsnips, rófur, rutabagas, gulrætur og sætar kartöflur í 10 mínútur.

b) Bætið kalkúnabotninum við grænmetisblönduna, látið suðuna koma upp, lækkið hitann og látið malla þar til grænmetið er meyrt, um það bil 20 mínútur.

c) Bætið við Rjómasúpubotni, kalkún og salvíu. Blandið saman, látið malla í 30 mínútur eða þar til það er hitað í gegn. Smakkið til og stillið krydd.

d) Skreytið með Cheddar osti.

24.Lamba- og rótargrænmetiskæfa

HRÁEFNI:
- 1 pund lambakjöt, skorið í teninga
- 1 laukur, skorinn í bita
- 2 hvítlauksrif, söxuð
- 2 bollar kjúklingasoð
- 1 bolli niðurskorinn pastinak
- 1 bolli rútabaga í teningum
- 1 bolli niðurskornar gulrætur
- 1 bolli niðurskornar kartöflur
- 1 tsk. timjan
- Salt og pipar
- Ólífuolía

LEIÐBEININGAR:
a) Í stórum potti eða hollenskum ofni, hitið smá ólífuolíu yfir miðlungs háan hita.
b) Bætið lambinu út í og eldið þar til það er brúnt á öllum hliðum.
c) Fjarlægðu lambið með sleif og settu til hliðar.
d) Bætið lauknum og hvítlauknum í pottinn og eldið þar til það er mjúkt, um það bil 5 mínútur.
e) Bætið kjúklingasoðinu, parsnips, rutabaga, gulrótum, kartöflum og timjan út í og látið suðuna koma upp.
f) Lækkið hitann og látið malla í 45-50 mínútur, eða þar til grænmetið er meyrt.
g) Bætið lambinu aftur í pottinn og eldið í 5-10 mínútur í viðbót, eða þar til það er orðið í gegn.
h) Kryddið með salti og pipar eftir smekk og berið fram heitt.

25. Oxhalasúpa með Rutabaga

HRÁEFNI:
- 3 ½ pund uxahalar
- 3 lárviðarlauf
- 1 Sellerístilkar, saxaðir
- 2 bollar grænar baunir
- 1 Rutabaga, í teningum
- 14 aura niðursoðnir niðursoðnir tómatar
- ¼ bolli Ghee
- 1 timjankvistur
- 1 rósmarín grein
- 2 Blaðlaukur, skorinn í sneiðar
- 2 ½ lítrar vatn
- 2 msk. Sítrónusafi
- ¼ tsk malaður negull
- Salt og pipar, eftir smekk

LEIÐBEININGAR:
a) Bræðið ghee í IP þinni á SAUTE.
b) Bætið uxahölunum út í og eldið þar til þær eru brúnar. Þú gætir þurft að vinna í lotum hér.
c) Hellið vatninu yfir og bætið við timjan, rósmarín, lárviðarlaufi og negul.
d) Eldið á HIGH í 1 klst.
e) Gerðu náttúrulega þrýstingslosun.
f) Fjarlægðu kjötið af IP og rífðu það á skurðbretti.
g) Bætið rutabaga og blaðlauk út í pottinn og lokaðu lokinu.
h) Eldið á HIGH í 5 mínútur.
i) Bætið restinni af grænmetinu út í og eldið í 7 mínútur í viðbót.
j) Bætið kjötinu út í og lokaðu aftur.
k) Eldið á HIGH í 2 mínútur.
l) Hrærið sítrónusafanum út í og kryddið með salti og pipar.
m) Berið fram og njótið!

26.Begedil kartöflubollur

HRÁEFNI:

- Rófa
- Blómkál
- 2 litlir skallottarlaukar
- msk. Nautahakk
- 1 msk. söxuð selleríblöð
- 1 msk. saxaður grænn laukur
- 1/2 tsk. Hvítur pipar (eða svartur pipar)
- 1/4 tsk. Salt
- 1 stórt egg (aðeins lítið notað)
- 4 msk. Kókosolía

LEIÐBEININGAR:

a) Skerið 5 oz. Rutabaga í litla bita og steikið þar til brúnt með 1 msk. Kókosolía.

b) Með stöpli og mortéli skaltu slá steiktu Rutabaga þar til hún er mjúk. Notaðu til skiptis matvinnsluvél. Þegar því er lokið skaltu setja til hliðar.

c) Örbylgjuofn 5 oz. Blómkál þar til það er mjúkt og stingið saman með stöpli og mortéli (eða notið matvinnsluvél).

d) Skerið 2 skalottlauka í þunnar sneiðar. Með litlum og grunnu wok (til að búa til dýpri olíu en lítið er notað) og 1 msk. Kókosolía, steikið þar til hún er brún og stökk en ekki brennd. Setja til hliðar.

e) Með sömu olíu, steikið 4 msk. Nautakjöt þar til brúnt. Kryddið með salti og pipar eftir smekk.

f) Í skál, bætið þeyttum Rutabaga og blómkáli út í, steiktum shallot, soðnu nautahakki, 1 msk. hvert af sellerílaufum og grænlauk, 1/2 tsk. Hvítur pipar (eða svartur pipar) og 1/4 salt. Blandið vel saman.

g) Skolið um 1 msk. af blöndunni og mótið í lítinn böku. Ég gerði alls 10 kökur.

h) Þeytið 1 egg í annarri skál og hjúpið hvern kex en ekki alveg (gerið hvert fyrir steikingu).

i) Steikið kökurnar í skömmtum með kókosolíu þar til þær eru brúnar. Ég notaði 2 msk. Kókosolía alls fyrir þetta (tveir skammtar, 1 msk. hver).

j) Berið fram með plokkfiski eða eitt og sér

27.Uppskeru grænmeti og kínóa

HRÁEFNI:
- 1½ bolli Quinoa
- 4 bollar Vatn
- ½ tsk Salt
- 1 meðalstór næpa; skrældar og skornar í teninga
- 4 miðlungs gulrætur
- 1 lítil Rutabaga; skrældar og skornar í teninga
- 1 bolli afhýdd squash í teningum
- 1 tsk Ólífuolía
- 1 lítill gulur laukur; hægelduðum
- 1 stór hvítlauksrif; hakkað
- ¼ bolli Saxuð fersk salvíublöð
- Salt og hvítur pipar

LEIÐBEININGAR:

a) Í meðalstórum potti, blandaðu skolað quinoa með vatni og salti. Látið suðuna koma upp, látið malla undir loki þar til það er rétt eldað (um það bil 10 mínútur). Tæmið, skolið með köldu vatni og setjið til hliðar.

b) Sameina næpur, gulrætur, rutabaga og leiðsögn í stórum potti með grænmetisgufu. Gufðu grænmetið í 7 til 10 mínútur, eða þar til það er mjúkt

c) Í stórri nonstick pönnu, steikið lauk og hvítlauk í olíu þar til laukurinn er mjúkur, um það bil 4 mínútur. Hrærið salvíublöðin saman við og eldið þar til salvían er léttbrúnt og ilmandi, 1 til 2 mínútur.

d) Bætið kínóa og grænmeti á pönnu og blandið vel saman. Saltið og piprið eftir smekk, hitið í gegn ef þarf og berið fram heitt.

28.Klassískt Pot-Au-Feu

HRÁEFNI:
- 2 matskeiðar ólífuolía
- ½ tsk svartur pipar
- 4 sellerístilkar, í teningum
- 4 gulrætur, skrældar og skornar í teninga
- 4 Yukon Gold kartöflur, í teningum
- 4½ bollar vatn
- 1 hvítlaukshaus, skorinn í tvennt þversum
- 1¾ tsk kosher salt
- 5 ferskir timjangreinar
- 2 pund chuck steikt, úrbeinað og snyrt
- 3 lárviðarlauf
- 2 blaðlaukur, helmingaður eftir endilöngu
- 1 rútabaga, í teningum
- ¼ bolli crème Fraiche
- 1½ pund beinbeint nautakjöt stutt rif, snyrt
- 2 msk ferskur graslaukur í þunnum sneiðum
- Cornichons
- Dijon sinnep
- Tilbúin piparrót

LEIÐBEININGAR:
a) Hitið nonstick pönnu yfir meðalhita. Steikið steikina í olíu á heitri pönnu, sem verður brún á öllum hliðum, í 5 mínútur.
b) Kryddið vel með salti og pipar.
c) Færðu steikina í 6 lítra Slow Cooker.
d) Bætið rifunum við frátekið dropi í heitri pönnu og eldið, snúið að brúnum á öllum hliðum, í 6 mínútur.
e) Flyttu rifin yfir í Slow Cooker, geymdu dropana í pönnunni. Bætið timjan, lárviðarlaufum, hvítlauk og vatni við frátekið dreypi í heitri pönnu, hrærið til að losa brúnuðu bitana af botni pönnu; hella í Slow Cooker.
f) Hægt að elda í 5 klukkustundir.
g) Blandið saman rutabaga, blaðlauk, sellerí, kartöflum, gulrótum og rutabaga. Hægt að elda, um 3 klst.
h) fargið hvítlauknum, timjangreinunum og lárviðarlaufunum.

i) Skerið steikina í sneiðar og berið fram með rifjakjöti, blaðlaukshelmingum, sellerí, kartöflum, gulrótum og rutabaga á framreiðslufati.

j) Dreypið því magni af eldunarvökvanum sem óskað er eftir og berið fram með crème fraîche, graslauk, cornichons, Dijon sinnepi, piparrót og afganginum af eldunarvökvanum.

29.Ostur beikonbitar

HRÁEFNI:
- 1/2 pund rutabaga, rifinn
- 4 sneiðar kjötmikið beikon, saxað
- 7 aura Gruyère ostur, rifinn
- 3 egg, þeytt
- 3 matskeiðar möndlumjöl
- 1 tsk kornaður hvítlaukur
- 1 tsk skalottlauksduft
- Sjávarsalt og malaður svartur pipar, eftir smekk

LEIÐBEININGAR:

a) Bætið 1 bolla af vatni og málmborði í Instant Pot.

b) Blandið öllu ofangreindu hráefni þar til allt er vel blandað saman.

c) Setjið blönduna í sílikon belgbakka sem áður hefur verið smurður með eldunarúða. Hyljið bakkann með álpappír og lækkið hana niður á grindina.

d) Festið lokið. Veldu „Manual" ham og lágþrýsting; elda í 5 mínútur. Þegar eldun er lokið skaltu nota hraðþrýstingslosara; fjarlægðu lokið varlega. Bon appétit!

RÆPUR

30. Ræpa Og Laukur Casserole

HRÁEFNI:
- 2½ pund. gular rófur eða rutabagas (um það bil 8 bollar í teningum)
- ⅔ bolli fínt skorinn feitur og magur ferskur svínakjöt eða hliðar svínakjöt; eða 3 msk smjör eða matarolía
- ⅔ bolli fínt skorinn laukur
- 1 msk hveiti
- ¾ bolli nautakjötsbolli
- ¼ tsk salvía
- Salt og pipar
- 2 til 3 msk fersk hakkað steinselja

LEIÐBEININGAR:
a) Afhýðið rófana, skerið í fernt og síðan í ½ tommu sneiðar; skera sneiðar í ½ tommu ræmur og ræmurnar í ½ tommu teninga. Setjið í sjóðandi saltvatn og látið sjóða án loks í 3 til 5 mínútur, eða þar til það er aðeins mjúkt. Tæmdu.

b) Ef þú ert að nota svínakjötið skaltu steikja rólega í 3-litra potti þar til það er mjög léttbrúnt; annars skaltu bæta smjörinu eða olíunni á pönnuna. Hrærið lauknum saman við, hyljið og eldið rólega í 5 mínútur án þess að brúnast. Blandið hveitinu saman við og eldið rólega í 2 mínútur.

c) Takið af hitanum, hrærið deigið út í, hitið aftur og látið suðuna koma upp. Bætið salvíunni út í og blandið síðan rófum saman við. Kryddið eftir smekk með salti og pipar.

d) Lokið á pönnunni og látið malla rólega í 20 til 30 mínútur, eða þar til rófur eru mjúkar.

e) Ef sósan er of fljótandi skaltu afhjúpa og sjóða hægt í nokkrar mínútur þar til vökvinn hefur minnkað og þykknað. Rétt krydd. (Mögulega eldað á undan. Kælið án loks; lokið á og látið malla nokkrum augnablikum áður en það er borið fram.)

f) Til að bera fram, blandaðu steinseljunni saman við og breyttu í heitt borðskál.

31. Galdrarófuvín

HRÁEFNI:
- 6 pund. rófur eða rútabagas
- 1 lítra vatn
- 2½ pund. sykur eða 3 lbs. hunang
- börkur og safi úr 3 appelsínum
- safi og börkur úr 2 stórum sítrónum eða 3 tsk. sýrublanda
- 1 tsk. ger næringarefni
- ¼ tsk. tannín
- 1 Campden tafla, mulin (valfrjálst)
- ½ tsk. pektínensím
- 1 pakki kampavín eða sherry ger

LEIÐBEININGAR:
a) Skrúfaðu rófurnar vel, skerðu toppana og rótarendana af. Saxið eða skerið þær í kalda vatnið og hitið síðan. SEMMA, ekki sjóða, í 45 mínútur.

b) Fjarlægðu börkinn af sítrusávöxtunum (engin hvít möl) og kreistu safann. Setjið börkinn í lítinn nælon-þenslupoka í botninn á aðal gerjunarkerinu.

c) Sigtið rófur (og piparkorn, ef þú notaðir þær) úr vatninu. Þú getur notað pastinin í mat ef þú vilt.

d) Fjarlægðu um það bil lítra af vatni til að bæta við síðar ef þú átt ekki nóg. Það er erfitt að segja hversu mikið þú munt hafa tapað í gufu meðan þú eldar. Bætið sykrinum eða hunanginu út í og látið malla þar til sykurinn er uppleystur. Ef þú notar hunang, látið malla í 10-15 mínútur, hrærið í og slepptu rusli.

e) Hellið heita vatninu í sótthreinsaða aðal gerjunartæki yfir börkinn. Bætið ávaxtasafanum út í. (Þú getur geymt smá af appelsínusafanum og auka grænmetisvatni til að hefja gerið seinna, ef þú vilt.) Athugaðu hvort þú eigir lítra af must. Ef ekki skaltu bæta það upp með fráteknu vatni.

f) Bættu við ger næringarefni, tanníni og sýrublöndu ef þú notaðir ekki sítrónur. Lokaðu og festu loftlás. Leyfðu mustinu að kólna og bættu við Campden töflunni ef þú velur að nota hana. Tólf tímum eftir Campden töfluna skaltu bæta pekínensíminu við. Ef þú notar ekki töfluna skaltu bara bíða þar til mustið kólnar til að bæta pekínensíminu við. Tuttugu og fjórum tímum síðar skaltu athuga PA og bæta við gerinu.

g) Hrærið daglega. Eftir tvær vikur eða svo, athugaðu PA. Lyftu berkipokanum upp úr og láttu renna aftur í ílátið. Ekki kreista. Fargið berknum. Látið vínið setjast og settu það í aukagerjun.

h) Bung og passa með loftlás. Rekki eftir þörfum á næstu sex mánuðum eða svo. Athugaðu PA. Þegar það gerjast út, flösku það. Mér finnst þetta vín frekar þurrt. Þú getur sætt vínið ef þú vilt fyrir átöppun með því að bæta við sveiflujöfnun og 2 til 4 aura af sykursírópi á lítra.

32. Þakkargjörðarbrasaðar rófur

HRÁEFNI:
- ½ pund af rófum, skrældar og skornar í báta
- 2 matskeiðar tómatmauk
- 2 matskeiðar vegan smjör
- 1 laukur, afhýddur og skorinn í teninga
- 1 tsk þurrkað timjan
- 1 gulrót, afhýdd og skorin í teninga
- 1 lárviðarlauf
- 2 sellerístilkar, skornir í teninga
- Salt og pipar
- 1½ bolli soð eða vatn
- 2 matskeiðar vegan smjör, mildað
- 1 T matskeiðar hveiti

LEIÐBEININGAR:
a) Bræðið vegan smjörið á pönnu. Bætið við lauknum, selleríinu og gulrótinni.
b) Eldið í um það bil 5 mínútur. Bætið soðinu, tómatmaukinu, timjaninu og lárviðarlaufinu við rófur og lauk, gulrót og selleríblöndu.
c) Eldið í 30 til 40 mínútur, þakið, í 350°F ofni.
d) Á meðan rófur eru að steikjast skaltu búa til deig með vegan smjöri og hveiti.
e) Flyttu rófurnar yfir í framreiðslufat og haltu þeim heitum á steikjarpönnu.
f) Sigtið steikjandi vökvann í pott. Bætið bitum af vegan smjör- og hveitiblöndunni út í sósuna og þeytið þar til hún þykknar.
g) Smakkið til með salti og pipar og hellið svo sósunni yfir rófurnar.

33. Tævansk rópa kökusúpa

HRÁEFNI:
FYRIR RÆPUKökuna:
- 2 bollar hrísgrjónamjöl
- 2 bollar vatn
- 2 bollar rifin næpa (daikon radísa)
- ¼ bolli þurrkaðar rækjur, lagðar í bleyti og hakkaðar
- ¼ bolli þurrkaðir sveppir, lagðir í bleyti og skornir í teninga
- 2 matskeiðar skalottlaukur, saxaður
- 2 matskeiðar jurtaolía
- 2 matskeiðar sojasósa
- 1 tsk salt
- ½ tsk hvítur pipar

FYRIR SÚPAN:
- 4 bollar kjúklingasoð
- 2 bollar vatn
- 2 grænir laukar, saxaðir
- Salt og pipar eftir smekk

LEIÐBEININGAR:
FYRIR RÆPUKökuna:
a) Blandið saman hrísgrjónamjölinu og vatni í blöndunarskál. Hrærið vel þar til blandan er orðin slétt og kekkjalaus.
b) Hitið jurtaolíu á stórri pönnu eða wok yfir meðalhita.
c) Bætið söxuðum skalottlaukum, þurrkuðum rækjum og þurrkuðum sveppum á pönnuna. Hrærið í um 2 mínútur þar til ilmandi.
d) Bætið rifnu rófunni út á pönnuna og hrærið í 2-3 mínútur í viðbót þar til rófan mýkist aðeins.
e) Hellið hrísgrjónamjölsblöndunni á pönnuna og hrærið stöðugt til að koma í veg fyrir að kekkir myndist.
f) Bætið sojasósunni, salti og hvítum pipar á pönnuna. Hrærið vel til að sameina allt hráefnið.
g) Eldið blönduna við miðlungshita, hrærið stöðugt í, þar til hún þykknar og myndar klístrað þykkt.
h) Smyrjið ferhyrnt eða kringlótt kökuform og hellið rófukökublöndunni í það. Sléttu yfirborðið.

i) Látið rófukökuna gufa við háan hita í um 45-50 mínútur þar til hún er stíf og elduð.
j) Fjarlægðu rófukökuna úr gufubátnum og láttu hana kólna alveg.
k) Þegar hún hefur kólnað skaltu fjarlægja rófukökuna af pönnunni og skera hana í bita sem þú vilt.

FYRIR SÚPAN:
l) Blandið saman kjúklingasoðinu, vatni og söxuðum grænum lauk í stórum potti. Látið suðuna koma upp í blöndunni.
m) Bætið rófusneiðinni í pottinn og látið malla í um 5 mínútur til að hitna í gegn.
n) Kryddið súpuna með salti og pipar eftir smekk.
o) Berið fram taívansku næpukökusúpuna heita sem huggandi og bragðmikla rétti.

34. Blandað grænt með rófubrauði

HRÁEFNI:
- ¼ bolli smjör
- 1 bolli Saxaður laukur
- 1 bolli Saxaður grænn laukur
- 2 sellerístilkar, saxaðir
- 2 matskeiðar Fínt söxuð engiferrót
- 2 hvítlauksgeirar, smátt saxaðir
- 1 punda Baby rófur með grænum toppum
- 10 bollar Vatn
- 2 Extra stórir kjúklingabaunir teningur
- ½ bolli þurrt hvítvín eða vatn
- ¼ bolli maíssterkju
- 6 bollar pakkaðir heil fersk spínatlauf
- 1¼ tsk malaður svartur pipar
- ½ tsk Salt
- ¼ bolli Ósigtað alhliða hveiti
- 1 stórt egg, létt þeytt
- Jurtaolía til steikingar

LEIÐBEININGAR:
a) Undirbúið grænmetið.
b) Rífið kældar rófur gróft.
c) Blandið saman rifnum rófum, hveiti, eggi og ¼ t sem eftir er af pipar og salti.
d) Bætið hrúguðum teskeiðum af brauðblöndunni á pönnu og steikið, snúið, þar til brúnt á báðum hliðum

35.Persimmons og Daikon Temaki

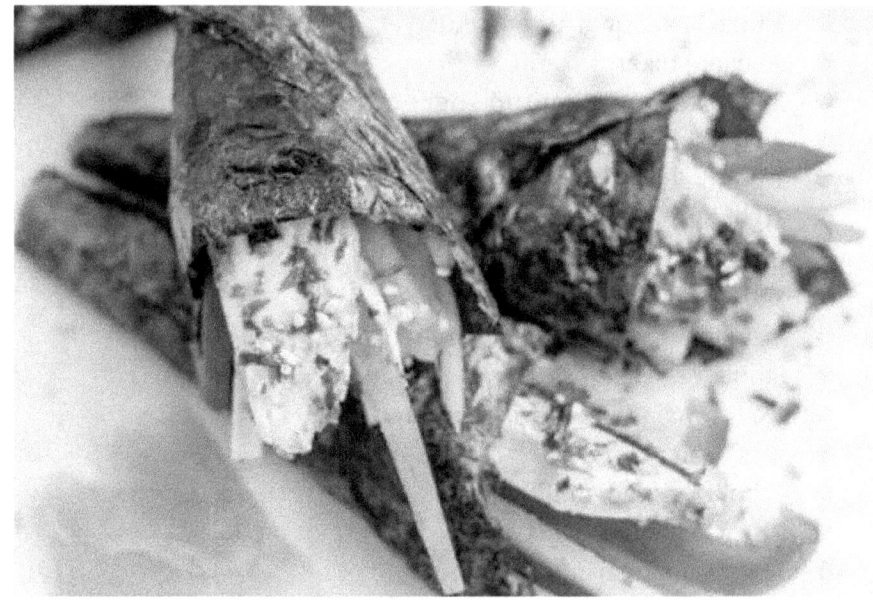

Hráefni :
- 1 bolli ósoðin sushi hrísgrjón
- 3 matskeiðar sushi krydd
- 10 blöð af ristað sushi nori, helminguð
- 1 ensk agúrka
- 1 rauð paprika
- 6 aura af varðveittum daikon, skorið í eldspýtustangir
- 2 Fuyu persimmons, skrældar og skornar í eldspýtustangir
- 2 avókadó, grófhreinsuð og skorin í sneiðar
- furikake til áleggs

LEIÐBEININGAR

a) Eldið sushi hrísgrjónin samkvæmt leiðbeiningum á pakkanum.
b) Þegar það er búið að elda skaltu kæla það í um það bil 15 mínútur.
c) Blandið sushi kryddinu saman við.
d) Settu annan helming nori blaðsins á borð með glansandi hlið niður.
e) Hellið smá hrísgrjónum á noriið.
f) Dreifið hrísgrjónunum þannig að þú fyllir helminginn af nori.
g) Toppaðu nori með nokkrum sneiðum af agúrku, rauðri pipar, daikon og persimmon.
h) Toppið með einni sneið af avókadó og hristið smá furikake ofan á.
i) Byrjaðu á neðra hægra megin, rúllaðu nori til vinstri þar til þú nærð endanum.
j) Lokaðu handrúllu með nokkrum hrísgrjónakornum. Endurtaktu með öllum hinum nori blöðunum.

36. Snow Pea Shoot Daikon Rolls

HRÁEFNI:
- 1 agúrka, smátt skorin
- Safi úr 1 sítrónu
- 1 matskeið saxuð myntulauf
- 1 matskeið tamari
- 1 matskeið radish spíra
- 12 shiso lauf
- 2 matskeiðar yuzu safi
- 1 matskeið hrísgrjónaedik
- 1 matskeið rifinn galangal
- 1 daikon radísa, fínt skorin í 12 langar ræmur
- 1 msk snjóbaunasprotar, söxuð
- 1 þroskað avókadó, smátt skorið
- Svart sesamfræ, til að skreyta

LEIÐBEININGAR:
a) Raðaðu blöðunum af daikon á vinnuborð.
b) Hvert daikon blað ætti að hafa 1 shiso lauf á því.
c) Blandið tamari, hrísgrjónaediki, galangal og sítrónusafa saman í skál; setja það til hliðar.
d) Blandið saman snjóbaunasprotum, avókadó, gúrku og myntu í skál.
e) Bætið sítrónudressingunni út í og hrærið.
f) Dreifið blöndunni jafnt yfir daikon blöðin, setjið hluta á hvorn enda.
g) Rúllaðu því þétt upp, þannig að rúllan snúi frá þér.
h) Færið rúllurnar yfir á disk, toppið með spírunum og skvett af yuzu safa.

RÆÐJA

37. Steiktur Yuzu kjúklingur með japönsku salati

HRÁEFNI:
- 2 hvítlauksrif, mulin
- 2 tsk engifer, rifinn
- 25 g ósaltað smjör, brætt
- ¼ bolli yuzu safi eða lime safi
- 2 matskeiðar létt sojasósa
- 4 Maryland kjúklingar
- ½ tsk sesamolía
- 1 matskeið hnetuolía
- ½ tsk flórsykur
- Svart sesamfræ, til að bera fram
- Sítrónubátar, til að bera fram

JAPANSKT SLÁ
- 1 avókadó, þunnt sneið
- 100 g sykurbaunir, skornar langsum
- 3 radísur, snyrtar, þunnar sneiðar
- 1 stór gulrót, skorin í þunnar eldspýtustangir
- ½ búnt af graslauk, skorið í 4 cm lengd
- 150 g villt rakettublöð

LEIÐBEININGAR:
a) Blandið hvítlauk, engifer, smjöri, 2 msk yuzu og 1 msk sojasósu saman í skál.
b) Bætið kjúklingi út í og snúið við. Lokið og kælið í 20 mínútur til að marinerast.
c) Hitið ofninn í 180°C. Tæmdu kjúklinginn, geymdu marineringuna og þerraðu.
d) Setjið á bökunarpappírsklædda bökunarplötu og steikið, hrærið með frátekinni marineringunni á 15 mínútna fresti, í 1 klukkustund eða þar til þær eru gullnar og eldaðar í gegn.
e) Á meðan, blandaðu hráefninu í skálina í skál. Þeytið sesamolíu, hnetuolíu, sykri og 2 msk yuzu og 1 msk soja í sérstakri skál. Hrærið saman við söl til að sameina.
f) Berið fram kjúkling og skál stráð með sesamfræjum, með sítrónu til að kreista yfir.

38.Gufusoðinn fiskur

HRÁEFNI:
- 3½ bollar dashi eða vatn
- 2 bollar af svörtum hrísgrjónum, soðin
- 1 bolli þurrt hvítvín
- 1 stykki af kombu, 3 x 3 tommur
- 1 teskeið af túrmerikdufti
- 2 lárviðarlauf
- 2 matskeiðar af þurrkuðu þangi
- kosher salt
- 2 svört sjóbirtings- eða rauðsnappaflök, gufusoðin
- 5 aura shiitake sveppir, skornir í tvennt
- 2 bollar af ertusotum
- 2 rauðar radísur, rifnar
- 2 matskeiðar myntublöð saxuð

LEIÐBEININGAR:
a) Blandið seyði, hrísgrjónum, víni, kombu, salti, túrmerikdufti, lárviðarlaufum og þangi saman í Crockpot.
b) Eldið við lágt í 1 klst.
c) Setjið fiskinn yfir hrísgrjónin og toppið síðan með sveppunum.
d) Bætið við myntu, radísum og ertusotum sem skraut.

39.Japanskt risotto með sveppum

HRÁEFNI:
- 4½ bollar Grænmetisstofn; eða miso-innrennsli seyði, bragðmikið
- 1 matskeið Extra virgin ólífuolía
- ½ bolli rósa-sushi hrísgrjón
- ½ bolli Sake
- Kosher salt
- Nýmalaður svartur pipar
- ½ bolli Enoki sveppir
- ½ bolli Saxaður laukur
- ¼ bolli Radish spíra

LEIÐBEININGAR:

a) Ef þú notar seyði með miso-innrennsli skaltu blanda 1 msk miso saman við 4½ bolla af vatni og láta suðuna koma upp. Lækkið hitann og látið malla.

b) Hitið ólífuolíuna í potti yfir meðalháan hita. Bætið hrísgrjónunum saman við, hrærið stöðugt í eina átt, þar til þau eru vel húðuð. Takið pönnuna af hellunni og bætið sake út í.

c) Hitið aftur og hrærið stöðugt í eina átt þar til allur vökvinn er frásogaður. Bætið soðinu eða seyði út í í ½ bolla þrepum, hrærið stöðugt þar til allur vökvinn hefur frásogast við hverja viðbót.

d) Kryddið með salti og pipar. Setjið með skeið í skálar, skreytið með sveppum, lauk og spírum og berið fram.

e) Skreytið með viðkvæmum enoki sveppum, söxuðum lauk og sterkum radish spírum.

40. Steiktur kjúklingur með pistasíupestó

HRÁEFNI:
- 25 g pistasíuhnetur með skel
- 1 stór búnt af ferskri basilíku, laufblöð og stilkar gróft saxaðir
- 4 ferskar myntukvistir, laufin gróft skorin
- Rifinn börkur og safi ½ sítróna auk ½ sítrónu
- 125ml extra virgin ólífuolía
- 2 kg heill lausagöngukjúklingur
- 125ml þurrt hvítvín
- 200 g súrdeigsbrauð, rifið í bita
- 200 g blandaðar radísur, helmingaðar eða fjórar ef þær eru stórar
- 250 g aspas
- Stór handfylli af baunasprotum

LEIÐBEININGAR:
a) Hitið ofninn í 200°C/180°C blástur/gas 6. Þeytið pistasíuhnetur, basil, myntu, sítrónubörkur og safa í litlum hakkavél eða matvinnsluvél í gróft deig. Hellið 100 ml olíu út í, kryddið síðan og þeytið saman. Setjið helminginn af pestóinu í lítið framreiðsluskál og setjið til hliðar.
b) Setjið kjúklinginn í stórt, grunnt steikingarform. Vinnið frá hálsholinu, notaðu fingurna til að búa til vasa á milli húðar og holds
c) af brjóstunum. Þrýstið pestóinu undir húðina á kjúklingnum og nuddið umframhýsinu yfir húðina. Kreistið ½ sítrónuna sem eftir er yfir kjúklinginn og setjið hann síðan í holið. Steikið í 20 mínútur, lækkið síðan ofninn í 190°C/170°C blástur/gas 5.
d) Bætið víninu og 125 ml af vatni í formið og steikið í 40-50 mínútur í viðbót þar til kjúklingurinn er eldaður í gegn.
e) Setjið kjúklinginn á borð, hyljið lauslega með filmu og setjið til hliðar til að hvíla. Hellið brennslusafanum úr forminu í könnu. Bætið brauðinu, radísunum og aspasnum í steikingarformið, skeiðið af fitunni ofan á safanum og blandið því saman við brauðið og grænmetið.
f) Kryddið og steikið í 12-15 mínútur þar til grænmetið er mjúkt og brauðið stökkt. Fleygðu allri fitu úr safanum sem eftir er og hitaðu á pönnu fyrir sósu.

g) Blandið saman afganginum af pestóinu og 25ml ólífuolíu og hellið yfir kjúklinginn og grænmetið. Berið fram með ertusotum og sósu til hliðar.

41. Garður fersk pizza

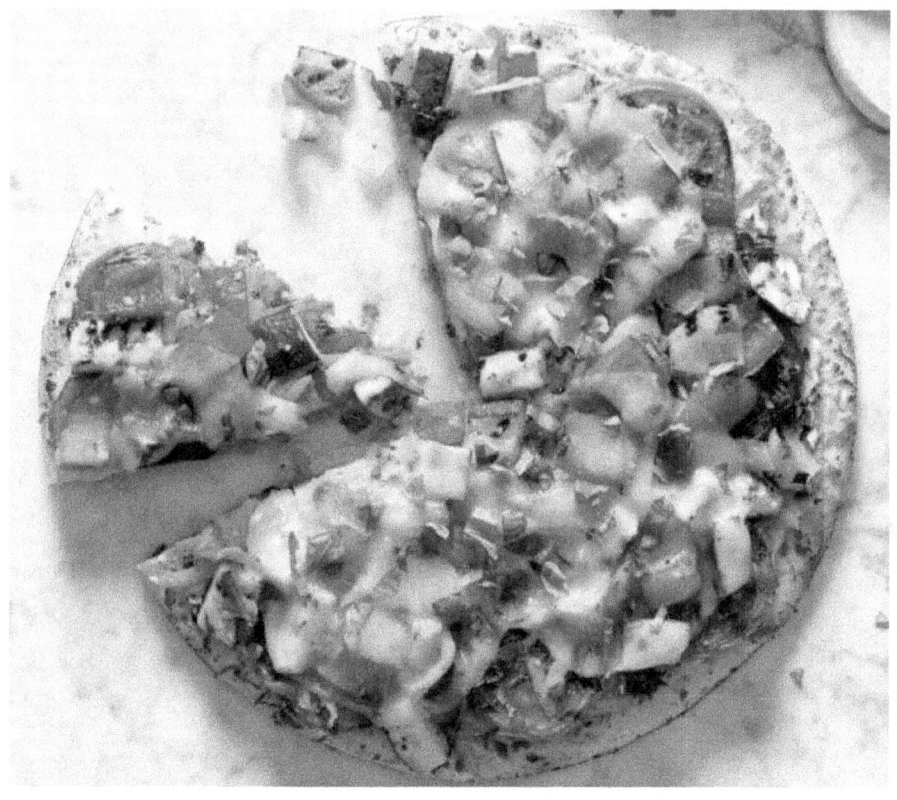

HRÁEFNI:
- Tvær hálfmánarúllur í kæli
- Tveir pakkar af cashew rjómaosti, mildaður
- ⅓ bolli majónesi
- 1,4 aura pakki af þurru grænmetissúpublöndu
- 1 bolli radísur, sneiddar
- ⅓ bolli niðurskorin græn paprika
- ⅓ bolli saxuð rauð paprika
- ⅓ bolli saxuð gul paprika
- 1 bolli spergilkál
- 1 bolli blómkálsblóm
- ½ bolli saxuð gulrót
- ½ bolli saxað sellerí

LEIÐBEININGAR:
a) Stilltu ofninn þinn á 400 gráður F áður en þú gerir eitthvað annað.
b) Í botninn á 11x14 tommu hlauppönnu, dreift hálfmánarúlludeiginu.
c) Með fingrunum skaltu klípa saman sauma til að mynda skorpu.
d) Eldið allt í ofninum í um það bil 10 mínútur.
e) Taktu allt úr ofninum og haltu því til hliðar til að kólna alveg.
f) Blandið majónesinu, cashew rjómaostinum og grænmetissúpublöndunni saman í skál.
g) Setjið majónesblönduna jafnt yfir skorpuna,
h) Toppið allt með grænmetinu jafnt og þrýstið því varlega ofan í majónesblönduna.
i) Setjið plastfilmu yfir pizzuna og geymið hana í kæli yfir nótt.

42. Rjómalöguð radísúpa

HRÁEFNI:
- 1 búnt radísur, snyrt og skorið í sneiðar
- 1 laukur, saxaður
- 2 hvítlauksgeirar, saxaðir
- 4 bollar grænmetissoð
- 1 bolli þungur rjómi
- Salt og pipar eftir smekk
- Ferskur graslaukur til skrauts

LEIÐBEININGAR:

a) Steikið radísurnar, laukinn og hvítlaukinn í stórum potti þar til þær eru mjúkar.

b) Bætið við grænmetissoði og látið suðuna koma upp. Látið malla í 10 mínútur.

c) Notaðu blöndunartæki eða venjulegan blandara, maukaðu súpuna þar til hún er mjúk.

d) Hrærið þungum rjómanum út í og kryddið með salti og pipar.

e) Berið fram heitt, skreytt með ferskum graslauk.

43.Krydduð radísu og gulrótarsúpa

HRÁEFNI:
- 1 búnt radísur, snyrt og skorið í sneiðar
- 2 gulrætur, skrældar og skornar í sneiðar
- 1 laukur, saxaður
- 2 hvítlauksgeirar, saxaðir
- 4 bollar grænmetissoð
- 1 tsk kúmen
- ½ tsk paprika
- ¼ tsk cayenne pipar
- Salt og pipar eftir smekk
- Ferskt kóríander til skrauts

LEIÐBEININGAR:

a) Steikið radísur, gulrætur, lauk og hvítlauk í stórum potti þar til þær eru mjúkar.

b) Bætið við grænmetissoði, kúmeni, papriku og cayenne pipar. Látið suðuna koma upp og látið malla í 15 mínútur.

c) Notaðu blöndunartæki eða venjulegan blandara, maukaðu súpuna þar til hún er mjúk.

d) Kryddið með salti og pipar.

e) Berið fram heitt, skreytt með fersku kóríander.

44. Radísur Og Kartöflusúpa

HRÁEFNI:
- 1 búnt radísur, snyrt og skorið í sneiðar
- 2 kartöflur, skrældar og skornar í teninga
- 1 laukur, saxaður
- 2 hvítlauksgeirar, saxaðir
- 4 bollar grænmetissoð
- ½ bolli mjólk eða rjómi
- Salt og pipar eftir smekk
- Fersk steinselja til skrauts

LEIÐBEININGAR:

a) Steikið radísur, kartöflur, lauk og hvítlauk í stórum potti þar til þær eru mjúkar.

b) Bætið við grænmetissoði og látið suðuna koma upp. Látið malla í 20 mínútur þar til grænmetið er meyrt.

c) Notaðu blöndunartæki eða venjulegan blandara, maukaðu súpuna þar til hún er mjúk.

d) Hrærið mjólkinni eða rjómanum út í og kryddið með salti og pipar.

e) Berið fram heitt, skreytt með ferskri steinselju.

45. Radish Greensúpa

HRÁEFNI:
- Grænmeti úr 1 búnti af radísum, þvegið og saxað
- 1 laukur, saxaður
- 2 hvítlauksgeirar, saxaðir
- 4 bollar grænmetissoð
- 1 matskeið ólífuolía
- Safi úr 1 sítrónu
- Salt og pipar eftir smekk
- Grísk jógúrt til skrauts

LEIÐBEININGAR:
a) Steikið laukinn og hvítlaukinn í stórum potti í ólífuolíu þar til hann er mjúkur.
b) Bætið radish grænu út í og steikið í nokkrar mínútur þar til það er visnað.
c) Bætið við grænmetissoði og látið suðuna koma upp. Látið malla í 10 mínútur.
d) Notaðu blöndunartæki eða venjulegan blandara, maukaðu súpuna þar til hún er mjúk.
e) Hrærið sítrónusafa út í og kryddið með salti og pipar.
f) Berið fram heitt, skreytt með klút af grískri jógúrt.

46. Kæld radísúpa

HRÁEFNI:
- 1 búnt radísur, snyrt og skorið í sneiðar
- 1 agúrka, afhýdd og saxuð
- 1 grænt epli, afhýtt og saxað
- 2 matskeiðar fersk myntulauf
- 2 bollar grænmetissoð
- Safi úr 1 lime
- Salt og pipar eftir smekk

LEIÐBEININGAR:

a) Blandaðu saman radísum, agúrku, grænu epli, myntulaufum, grænmetissoði, limesafa, salti og pipar í blandara.

b) Blandið þar til slétt.

c) Geymið í kæli í að minnsta kosti 1 klukkustund til að kólna.

d) Berið fram kalt, skreytt með fersku myntulaufi.

47. Radísur og rófusúpa

HRÁEFNI:
- 1 búnt radísur, snyrt og skorið í sneiðar
- 2 rófur, afhýddar og saxaðar
- 1 laukur, saxaður
- 2 hvítlauksgeirar, saxaðir
- 4 bollar grænmetissoð
- ¼ bolli grísk jógúrt
- Safi úr 1 sítrónu
- Salt og pipar eftir smekk

LEIÐBEININGAR:

a) Steikið radísur, rauðrófur, lauk og hvítlauk í stórum potti þar til þær eru mjúkar.

b) Bætið við grænmetissoði og látið suðuna koma upp. Látið malla í 20 mínútur þar til grænmetið er meyrt.

c) Notaðu blöndunartæki eða venjulegan blandara, maukaðu súpuna þar til hún er mjúk.

d) Hrærið grískri jógúrt og sítrónusafa saman við. Kryddið með salti og pipar.

e) Berið fram heitt, skreytt með ögn af grískri jógúrt og strá af söxuðum radísum.

48. Radísur og tómatsúpa

HRÁEFNI:

- 1 búnt radísur, snyrt og skorið í sneiðar
- 4 tómatar, saxaðir
- 1 laukur, saxaður
- 2 hvítlauksgeirar, saxaðir
- 4 bollar grænmetissoð
- 2 matskeiðar tómatmauk
- 1 matskeið ólífuolía
- Salt og pipar eftir smekk
- Fersk basilíka til skrauts

LEIÐBEININGAR:

a) Í stórum potti, steikið radísurnar, tómatana, laukinn og hvítlaukinn í ólífuolíu þar til þær eru mjúkar.
b) Bætið við grænmetissoði og látið suðuna koma upp. Látið malla í 20 mínútur þar til grænmetið er meyrt.
c) Notaðu blöndunartæki eða venjulegan blandara, maukaðu súpuna þar til hún er mjúk.
d) Hrærið tómatmauki út í og kryddið með salti og pipar.
e) Berið fram heitt, skreytt með ferskum basillaufum.

49.Radísur og kókos karrý súpa

HRÁEFNI:

- 1 búnt radísur, snyrt og skorið í sneiðar
- 1 laukur, saxaður
- 2 hvítlauksgeirar, saxaðir
- 1 matskeið karrýduft
- 1 dós af kókosmjólk
- 4 bollar grænmetissoð
- 1 matskeið ólífuolía
- Salt og pipar eftir smekk
- Ferskt kóríander til skrauts

LEIÐBEININGAR:

a) Í stórum potti, steikið radísur, lauk og hvítlauk í ólífuolíu þar til þær eru mjúkar.

b) Bætið karrýdufti út í og hrærið í eina mínútu.

c) Bætið við kókosmjólk og grænmetissoði. Látið suðuna koma upp. Látið malla í 15 mínútur.

d) Notaðu blöndunartæki eða venjulegan blandara, maukaðu súpuna þar til hún er mjúk.

e) Kryddið með salti og pipar.

f) Berið fram heitt, skreytt með fersku kóríander.

50. Radísur og spínatsúpa

HRÁEFNI:
- 1 búnt radísur, snyrt og skorið í sneiðar
- 2 bollar fersk spínatlauf
- 1 laukur, saxaður
- 2 hvítlauksgeirar, saxaðir
- 4 bollar grænmetissoð
- 1 matskeið smjör
- ½ bolli mjólk eða rjómi
- Salt og pipar eftir smekk

LEIÐBEININGAR:

a) Í stórum potti, steikið radísur, spínat, lauk og hvítlauk í smjöri þar til þær eru mjúkar.

b) Bætið við grænmetissoði og látið suðuna koma upp. Látið malla í 15 mínútur.

c) Notaðu blöndunartæki eða venjulegan blandara, maukaðu súpuna þar til hún er mjúk.

d) Hrærið mjólkinni eða rjómanum út í og kryddið með salti og pipar.

e) Berið fram heitt, skreytt með ferskum radish sneiðum.

51.Radísur og sveppasúpa

HRÁEFNI:
- 1 búnt radísur, snyrt og skorið í sneiðar
- 8 aura sveppir, sneiddir
- 1 laukur, saxaður
- 2 hvítlauksgeirar, saxaðir
- 4 bollar grænmetissoð
- 2 matskeiðar ólífuolía
- ¼ bolli grísk jógúrt
- Salt og pipar eftir smekk
- Ferskt timjan til skrauts

LEIÐBEININGAR:

a) Í stórum potti, steikið radísurnar, sveppina, laukinn og hvítlaukinn í ólífuolíu þar til þær eru mjúkar.

b) Bætið við grænmetissoði og látið suðuna koma upp. Látið malla í 20 mínútur þar til grænmetið er meyrt.

c) Notaðu blöndunartæki eða venjulegan blandara, maukaðu súpuna þar til hún er mjúk.

d) Hrærið grískri jógúrt út í og kryddið með salti og pipar.

e) Berið fram heitt, skreytt með fersku timjanlaufi.

52. Ristað sæt kartöflu og prosciutto salat

HRÁEFNI:
- Hunang 1 teskeið
- Sítrónusafi 1 matskeið
- Grænn laukur (skiptur og sneiddur) 2
- Sæt rauð paprika (fínt skorin) ¼ bolli
- Pekanhnetur (hakkaðar og ristaðar) ⅓ bolli
- Radísur (sneiddar) ½ bolli
- Prosciutto (þunnt sneið og jöfnuð) ½ bolli
- Pipar ⅛ teskeið
- ½ tsk salt (deilt)
- 4 matskeiðar ólífuolía (skipt)
- 3 sætar kartöflur, meðalstórar (skrældar og skornar í 1 tommu)

LEIÐBEININGAR:
a) Forhitaðu ofninn í 400 gráður F.
b) Setjið sætu kartöflurnar í smurt ofnmót (15x10x1 tommur).
c) Dreypið 2 msk af olíu og stráið ¼ tsk af salti og pipar yfir og blandið þeim almennilega.
d) Steikið í hálftíma og enn regulega.
e) Stráið smá prosciutto yfir sætu kartöflurnar og steikið þær í 10 til 15 mínútur þar til sætu kartöflurnar eru mjúkar og kartöflurnar orðnar stökkar.
f) Settu blönduna yfir í stóra skál og láttu hana kólna aðeins.
g) Bætið helmingnum af grænum lauk, rauðum pipar, pekanhnetum og radísum út í. Taktu litla skál og þeytið saltið, olíuna sem eftir er, hunangið og sítrónusafann þar til það er vel blandað saman.
h) Dreypið því yfir salatið; henda rétt til að sameina. Stráið hinum græna lauknum yfir.

53. Vatnsmelóna með radish microgreens salat

HRÁEFNI:
- 1 matskeið balsamik edik
- Salt eftir smekk
- Handfylli af radish microgreens
- 2 matskeiðar ólífuolía, extra virgin
- 1 sneið af vatnsmelónu
- 2 matskeiðar af söxuðum möndlum
- 20 g fetaostur , mulinn

LEIÐBEININGAR:
a) Settu vatnsmelónuna þína á disk.
b) Dreifið fetaosti og möndlum ofan á vatnsmelónuna.
c) Dreypið extra virgin ólífuolíu og balsamik ediki yfir þau.
d) Bætið örgræninu ofan á.

54.Örgræn og snjóbautasalat

HRÁEFNI:
VINAIGRETTE
- 1 tsk hlynsíróp
- 2 tsk lime safi
- 2 matskeiðar hvítt balsamik edik
- 1 ½ bolli skorin jarðarber
- 3 matskeiðar ólífuolía

SALAT
- 2 radísur, þunnar sneiðar
- 6 aura af hvítkál örgrænu
- 12 snjóbaunir, þunnar sneiðar
- Hálmuð jarðarber, æt blóm og ferskir kryddjurtir, til skrauts

LEIÐBEININGAR:
a) Til að gera vínaigrettuna, þeytið saman jarðarber, edik og hlynsíróp í blöndunarskál. Sigtið vökvann og bætið limesafa og olíu saman við.

b) Kryddið með salti og pipar.

c) Til að búa til salatið skaltu sameina örgrænu, snjóbaunir, radísur, vistuð jarðarber og ¼ bolla af vinaigrette í stóra blöndunarskál.

d) Bætið við helminguðum jarðarberjum, ætum blómum og ferskum kryddjurtum sem skraut.

55.Örgrænt vorsalat

HRÁEFNI:
- 2 matskeiðar salt
- 1 handfylli ertadrótta örgræn
- ½ bolli fava baunir, hvítaðar
- 4 gulrætur, litlar í teningum, hvítaðar
- 1 handfylli af Pak Choi örgrænu
- 1 handfylli Wasabi sinneps örgræn
- 1 klípa af amaranth microgreens
- 4 radísur, skornar í þunnar mynt
- 1 bolli baunir, hvítaðar
- Salt & pipar eftir smekk

GULVÓTU-ENGIFUR DRESSING
- ¼ bolli hrísgrjónavínsedik
- ½ bolli vatn
- 1 tommu engifer, afhýtt og skorið í sneiðar
- 1 matskeið sojasósa
- 1 matskeið majónesi
- Kosher salt & svartur pipar eftir smekk

LEIÐBEININGAR:
a) Blandaðu saman örgrænu, radísum, gulrótum, ertum og fava baunum og kryddaðu með salti og pipar.
b) Blandið engiferinu, ½ bolli fráteknum gulrótum, hrísgrjónavínsediki og vatni saman þar til það er slétt.
c) Takið úr blandarann og hrærið sojasósunni og majónesi saman við .
d) Hellið salatinu með dressingunni og berið fram

RÓFUR

56.Rófukass með eggjum

HRÁEFNI:
- 1 pund rófur, skrældar og skornar í teninga
- ½ pund Yukon Gold kartöflur, skrúbbaðar og skornar í teninga
- Gróft salt og nýmalaður svartur pipar
- 2 matskeiðar extra virgin ólífuolía
- 1 lítill laukur, skorinn í teninga
- 2 matskeiðar saxuð fersk steinselja
- 4 stór egg

LEIÐBEININGAR:

a) Í pönnu með háum hliðum, hyljið rauðrófur og kartöflur með vatni og látið suðuna koma upp. Kryddið með salti og eldið þar til mjúkt, um 7 mínútur. Tæmið og þurrkið af pönnunni.

b) Hitið olíu á pönnu við meðalháan hita. Bætið soðnum rófum og kartöflum saman við og eldið þar til kartöflurnar byrja að verða gullnar í um það bil 4 mínútur. Lækkið hitann í miðlungs, bætið lauknum út í og eldið, hrærið, þar til hann er mjúkur, um það bil 4 mínútur. Stillið kryddið og hrærið steinselju saman við.

c) Búðu til fjóra breiða brunna í kjötkássinu. Brjótið eitt egg í hvert og kryddið eggið með salti. Eldið þar til hvíturnar stífna en eggjarauðan er enn rennandi í 5 til 6 mínútur.

57.Beet Crust Morgunverðspizza

HRÁEFNI:
FYRIR Pizzuskorpuna:
- 1 bolli soðnar og maukaðar rófur
- ¾ bolli möndlumjöl
- ⅓ bolli brúnt hrísgrjónamjöl
- ½ tsk salt
- 2 tsk lyftiduft
- 1 matskeið kókosolía
- 2 tsk rósmarín saxað
- 1 egg

ÁFLYTTIR:
- 3 egg
- 2 sneiðar af soðnu beikoni mulið niður
- avókadó
- ostur

LEIÐBEININGAR :
a) Hitið ofninn í 375 gráður
b) Blandið öllu hráefninu fyrir pizzuskorpuna saman
c) Bakið í 5 mínútur
d) Takið út og búið til 3 litla „brunn" með því að nota bakið á skeið eða ísmót
e) Slepptu 3 eggjunum í þessa „brunn"
f) Bakið í 20 mínútur
g) Toppið með osti og beikoni og bakið í 5 mínútur í viðbót
h) Bæta við meira rósmarín, osti og avókadó.

58. Beet Chips

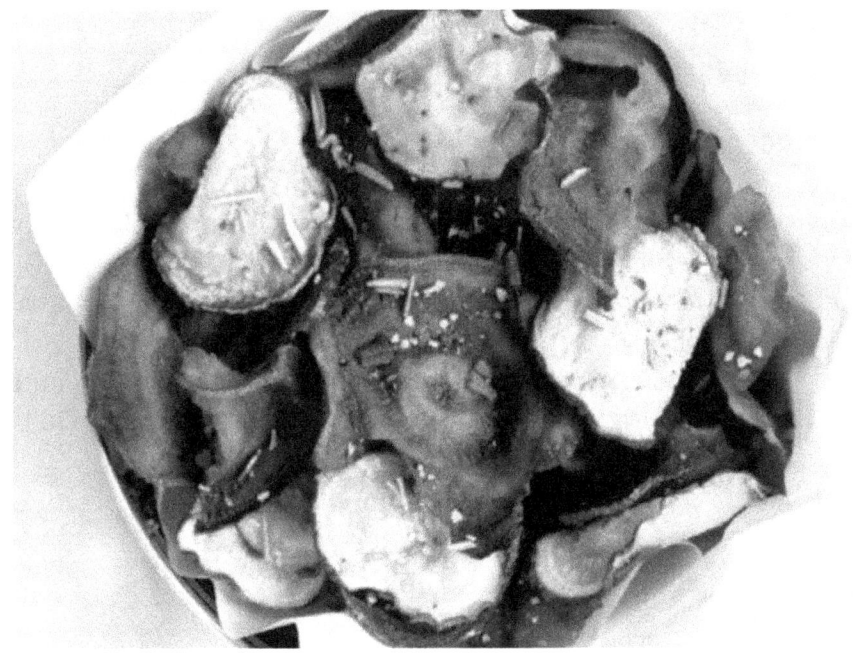

HRÁEFNI:
- 4 meðalstórar rófur, skolaðar og þunnar sneiðar
- 1 tsk sjávarsalt
- 2 matskeiðar ólífuolía
- Hummus, til að bera fram

LEIÐBEININGAR:
a) Forhitaðu loftsteikingarvélina í 380°F.
b) Í stórri skál, blandið rófunum með sjávarsalti og ólífuolíu þar til þær eru vel húðaðar.
c) Settu rófusneiðarnar í loftsteikingarvélina og dreifðu þeim út í einu lagi.
d) Steikið í 10 mínútur. Hrærið og steikið síðan í 10 mínútur til viðbótar. Hrærið aftur, steikið síðan í 5 til 10 mínútur, eða þar til flögurnar ná þeim stökku sem óskað er eftir.
e) Berið fram með uppáhalds e hummus.

59. Dill & Hvítlauksrófur

HRÁEFNI:
- 4 rófur, hreinsaðar, afhýddar og skornar í sneiðar
- 1 hvítlauksgeiri, saxaður
- 2 matskeiðar saxað ferskt dill
- ¼ teskeið salt
- ¼ tsk svartur pipar
- 3 matskeiðar ólífuolía

LEIÐBEININGAR:
a) Forhitaðu loftsteikingarvélina í 380°F.
b) Blandið öllu hráefninu saman í stóra skál þannig að rófurnar verði vel húðaðar með olíunni.
c) Hellið rófublöndunni í loftsteikingarkörfuna og steikið í 15 mínútur áður en hrært er í, haltu síðan áfram að steikja í 15 mínútur í viðbót.

60.Rauðrófusalat

HRÁEFNI:
- 2 punda rauðrófur
- Salt
- ½ hver Spænskur laukur, skorinn í teninga
- 4 tómatar, roðhreinsaðir, fræhreinsaðir og skornir í teninga
- 2 matskeiðar edik
- 8 matskeiðar Ólífuolía
- Svartar ólífur
- 2 hver Hvítlauksgeirar, saxaðir
- 4 matskeiðar Ítölsk steinselja, söxuð
- 4 matskeiðar Cilantro, saxað
- 4 miðlar Kartöflur, soðnar
- Salt og pipar
- Heitur rauður pipar

LEIÐBEININGAR:
a) Skerið endana af rauðrófum. Þvoið vel og eldið í sjóðandi söltu vatni þar til það er mjúkt. Tæmið og fjarlægið skinnið undir rennandi köldu vatni. Teningar.
b) Blandið hráefninu í dressinguna.
c) Sameina rauðrófur í salatskál með lauk, tómötum, hvítlaukskóríander og steinselju. Hellið helmingnum af dressingunni yfir, hrærið varlega og kælið í 30 mínútur. Skerið kartöflurnar í sneiðar, setjið í grunna skál og blandið saman við afganginn af dressingunni. Slappaðu af.
d) Þegar þú ert tilbúinn til að setja saman skaltu raða rauðrófum, tómötum og lauk í miðjuna á grunnri skál og raða kartöflum í hring í kringum þær. Skreytið með ólífum.

61. Rófubátar

HRÁEFNI:
- 8 litlar Rófur
- 10 aura af krabbakjöti, niðursoðið eða ferskt
- 2 teskeiðar Hakkað fersk steinselja
- 1 teskeið Sítrónusafi

LEIÐBEININGAR:

a) Gufu rófurnar í 20-40 mínútur, eða þar til þær eru meyrar. Skolið með köldu vatni, afhýðið og látið kólna. Á meðan skaltu blanda saman krabbakjöti, steinselju og sítrónusafa.

b) Þegar rauðrófur eru orðnar kaldar skaltu helminga og ausa miðjuna út með melónukúlu, eða teskeið, og búa til dæld. Fylltu með krabbablöndu.

c) Berið fram sem forrétt eða í hádeginu ásamt hrærðu rauðrófu.

62. Beet Fritters

HRÁEFNI:
- 2 bollar Rífnar hráar rófur
- ¼ bolli Laukur, sneiddur
- ½ bolli Brauðmylsna
- 1 stór Egg, þeytt
- ¼ teskeið Engifer
- Salt og pipar eftir smekk

LEIÐBEININGAR:

a) Blandið öllu hráefninu saman. Hellið pönnukökustærðum skömmtum með skeið á heita, smurða pönnu.

b) Eldið þar til það er brúnt, snúið einu sinni.

c) Berið fram toppað með smjöri, sýrðum rjóma, jógúrt eða einhverri blöndu af þessu.

63. Fylltar rófur

HRÁEFNI:
- 6 stórar Rófur
- 6 matskeiðar Rifinn skarpur ostur
- 2 matskeiðar Brauðmylsna
- 2 matskeiðar Sýrður rjómi
- 1 matskeið Súrum gúrkum yndi
- ½ teskeið Salt
- ¼ teskeið Pipar
- ¼ bolli Smjör
- ¼ bolli hvítvín

LEIÐBEININGAR:

a) Hola út rófur, eða nota rófur sem hafa verið notaðar til að gera nammi reyr skreytingar.

b) Sjóðið útholuðu rauðrófurnar í léttsöltu vatni þar til þær eru mjúkar.

c) Kælið og fjarlægið skinnið. Hitið ofninn í 350F. Blandið saman osti, brauðmylsnu, sýrðum rjóma, súrum gúrkum og kryddi.

d) Fylltu rófurnar með þessari blöndu og settu þær í grunnt smurt eldfast mót. Pensliði með smjöri og bakið afhjúpað í 350 F ofni í 15 til 20 mínútur.

e) Bræðið smjörið og blandið því saman við hvítvíníð og hrærið af og til svo það haldist rakt.

64. Spænskur makríll grillaður með eplum og rófum

HRÁEFNI:
- 2 spænskir makrílar (um 2 pund hvor), hreiður og hreinsaður, með tálkn fjarlægð
- 2¼ bollar fennel saltvatn
- 1 matskeið ólífuolía
- 1 meðalstór laukur, smátt saxaður
- 2 meðalstórar rófur, ristaðar, soðnar, grillaðar eða niðursoðnar; smátt saxað
- 1 tert epli, afhýtt, kjarnhreinsað og smátt saxað
- 1 hvítlauksgeiri, saxaður
- 1 msk fínt saxað ferskt dill eða fennel blaðra
- 2 matskeiðar ferskur geitaostur
- 1 lime, skorið í 8 báta

LEIÐBEININGAR:
a) Skolaðu fiskinn og settu hann í 1 lítra renniláspoka með saltvatninu, þrýstu út loftinu og lokaðu pokann. Kælið í 2 til 6 klst.
b) Hitið olíuna á stórri pönnu yfir meðalhita. Bætið lauknum út í og steikið þar til hann er mjúkur, um það bil 3 mínútur. Bætið rauðrófum og eplum út í og steikið þar til eplið er orðið mjúkt, um það bil 4 mínútur. Hrærið hvítlauk og dilli saman við og hitið í gegn, um 1 mínútu. Kælið blönduna niður í stofuhita og hrærið geitaostinum saman við.
c) Á meðan kveikið á grilli fyrir beinan miðlungshita, um 375¡F.
d) Takið fiskinn úr saltvatninu og þurrkið hann. Fleygðu saltvatninu. Fylltu holrúm fisksins með kældu rófu- og eplablöndunni og festu með bandi ef þarf.
e) Penslið grillristina og klæðið það með olíu. Grillið fiskinn þar til hýðið er stökkt og fiskurinn lítur út fyrir að vera ógagnsær á yfirborðinu en er enn filmukenndur og rakur í miðjunni (130¼F á skyndilesandi hitamæli), 5 til 7 mínútur á hlið. Takið fiskinn á borð og berið fram með limebátum.

65. Rauðrófu risotto

HRÁEFNI:

- 50 g smjör
- 1 laukur, smátt saxaður
- 250 g risotto hrísgrjón
- 150ml hvítvín
- 1 lítri grænmetiskraftur
- 300 g soðnar rauðrófur
- 1 sítróna, rifin og safi
- flatblaða steinselja lítið búnt, gróft saxað
- 125 g mjúkur geitaostur
- handfylli af valhnetum, ristaðar og saxaðar

LEIÐBEININGAR:

a) Bræðið smjörið á djúpri pönnu og steikið laukinn með smá kryddi í 10 mínútur þar til hann er mjúkur. Hellið hrísgrjónunum út í og hrærið þar til hvert korn er húðað, hellið síðan víninu út í og látið kúla í 5 mínútur.

b) Bætið soðinu út í sleif í einu, á meðan hrært er, bætið aðeins við þegar fyrri lotan hefur verið frásoguð.

c) Á meðan, taktu ½ rauðrófuna og þeytið hana í litlum blandara þar til hún er slétt og saxið afganginn.

d) Þegar hrísgrjónin eru soðin skaltu hræra í gegnum þeyttu og söxuðu rauðrónurnar, sítrónubörkinn og safa, og mestu af steinseljunni. Skiptið á milli diska og toppið með mola af geitaosti, valhnetunum og steinseljunni sem eftir er.

66. Rauðrófur með örgrænum

HRÁEFNI:
RÓFUR
- 1 hvítlauksgeiri, smátt skorinn og afhýddur
- 2 gulrætur skrældar, snyrtar
- Klípa Salt og pipar
- 1 laukur, afhýddur og skorinn í fjórða
- 4 rófur
- 1 msk kúmenfræ
- 2 sellerístönglar skolaðir, snyrtir

KLÆÐINGAR:
- ½ bolli majónesi
- ⅓ bolli súrmjólk
- ½ bolli saxuð steinselja, graslaukur, estragon eða timjan
- 1 msk sítrónusafi ferskur kreisti
- 1 tsk ansjósumauk
- 1 hvítlauksgeiri saxaður
- Salt & pipar

ÁFLAG:
- Rennabollur
- 1 rauðlaukur í þunnum sneiðum
- Handfylli Blandað örgrænt

LEIÐBEININGAR:
KLÆÐINGAR
a) Blandið saman súrmjólk, kryddjurtum, majónesi, sítrónusafa, ansjósemauki, hvítlauk, salti og pipar.

RÓFUR
b) Sjóðið rauðrófur, sellerí, gulrætur, lauk, hvítlauk, kúmenfræ, salt og pipar í 55 mínútur í hollenskum ofni.
c) Flysjið rófurnar og skerið þær í sneiðar.
d) Steikið rauðrófusneiðar í 3 mínútur á hvorri hlið á eldunarsprautuhúððri pönnu.

AÐ SETJA SAMSETNING
e) Raðið rennibollunum á disk og toppið þær með rófum, vinaigrette, rauðlauk og örgrænu.
f) Njóttu.

67. Rækjur Með Amaranth & Geitaosti

HRÁEFNI:
- 2 rófur spíralaðar
- 4 oz geitaostur mildaður
- ½ bolli Arugula Microgreens Létt saxað
- ½ bolli Amaranth Microgreens Létt saxað
- 1 pund rækjur
- 1 bolli saxaðar valhnetur
- ¼ bolli hrásykur
- 1 msk Smjör
- 2 matskeiðar Extra Virgin ólífuolía

LEIÐBEININGAR:
a) Settu geitaostinn út til að mýkjast í 30 mínútur áður en þú byrjar að undirbúa.
b) Hitið ofninn í 375 gráður
c) Hitið pönnu yfir meðalhita.
d) Bætið valhnetum, sykri og smjöri á pönnuna og hrærið oft við meðalhita.
e) Hrærið stöðugt í þegar sykurinn byrjar að bráðna.
f) Þegar valhnetur eru húðaðar skaltu strax flytja þær yfir á bökunarpappír og skilja hneturnar að svo þær harðni ekki fastar saman. Setja til hliðar
g) Skerið rauðrófur í spírala.
h) Kasta spírölum með ólífuolíu og sjávarsalti.
i) Dreifið rauðrófum á plötu og bakið í ofni í 20 - 25 mínútur.
j) Skolið rækjur og bætið í pott.
k) Fylltu pönnu af vatni og sjávarsalti. Látið suðuna koma upp.
l) Tæmdu vatnið og settu það í ísbað til að hætta að elda.
m) Klippið af og saxið örgrænt af arugula smátt. Setja til hliðar.
n) Bætið örgrænu grænmeti við mjúkan ost, skiljið eftir nokkrar klípur af hverri örgrænu.
o) Blandið saman örgrænu og osti.
p) Skafið ostablönduna í kúlu.
q) Diskarrófur.
r) Bætið skeið af osti ofan á rauðrófurnar.
s) Setjið valhnetur utan um diskinn.

t) Bætið rækjum út í og stráið restinni af örgrænu, salti og pipar yfir.

68. Grilluð hörpuskel með ferskri rauðrófusósu

HRÁEFNI:
- 1¼ bolli ferskur rófusafi
- Ávaxtarík ólífuolía
- 1 tsk hvítvínsedik
- Kosher salt; að smakka
- Nýmalaður svartur pipar; að smakka
- 1¼ pund Ferskt sjávar hörpuskel
- Nokkrir dropar af ferskum sítrónusafa
- 1 pund Ung grænkálsblöð; harður miðkjarni fjarlægður
- Nokkrir dropar af Sherry-ediki
- Ferskur graslaukur; skorið í stangir
- Litlir teningar af gulri papriku

LEIÐBEININGAR:
a) Setjið rófusafa í pott sem ekki hvarfast og sjóðið þar til hann er minnkaður í um það bil ½ bolli.

b) Af hita, þeytið 2 til 3 matskeiðar af ólífuolíu hægt og rólega í smjör til að þykkna sósuna. Þeytið hvítvínsediki út í, salt og pipar eftir smekk. Leggið til hliðar og haldið heitu.

c) Smyrjið hörpuskelina létt og kryddið með salti, pipar og nokkrum dropum af sítrónusafa.

d) Penslið grænkálsblöð með olíu og kryddið létt. Grillið grænkálið á báðum hliðum þar til blöðin eru aðeins kulnuð og elduð í gegn.

e) Grillið hörpuskel þar til hún er nýsoðin (miðjan ætti að vera örlítið ógagnsæ). Raðið grænkáli fallega í miðjuna á heitum diskum og dreypið nokkrum dropum af sherryediki yfir.

f) Setjið hörpuskel ofan á og skeiðið rófusósu utan um. Skreytið með graslauksstöngum og gulum pipar og berið fram strax.

SÆT KARTAFLA

69. Sætar kartöflur og spínat Frittata

HRÁEFNI:
- 1 meðalstór sæt kartöflu, skrældar og skornar í teninga
- 1 bolli fersk spínatlauf
- 1/2 laukur, skorinn í bita
- 4 egg
- 1/4 bolli mjólk
- Salt og pipar eftir smekk
- Ólífuolía til matreiðslu

LEIÐBEININGAR:
a) Forhitið ofninn í 350°F (175°C).
b) Hitið ólífuolíu í ofnþolinni pönnu yfir miðlungshita.
c) Bætið sætri kartöflu og lauk í teninga á pönnuna og eldið þar til sætar kartöflur eru mjúkar, um 8-10 mínútur.
d) Bætið spínatlaufum út í og eldið þar til það er visnað, um það bil 2 mínútur.
e) Þeytið saman egg, mjólk, salt og pipar í skál.
f) Hellið eggjablöndunni yfir sætu kartöfluna og spínatið á pönnunni.
g) Eldið á helluborðinu í nokkrar mínútur þar til brúnirnar byrja að stífna.
h) Settu pönnuna yfir í forhitaðan ofn og bakaðu í um það bil 12-15 mínútur, eða þar til frittatan er stillt í miðjuna.
i) Takið úr ofninum og látið kólna aðeins áður en það er skorið í sneiðar og borið fram.

70. Sætar kartöflu morgunverðarskál

HRÁEFNI:
- 1 meðalstór sæt kartöflu, ristuð og maukuð
- 1/2 bolli grísk jógúrt
- 2 matskeiðar hunang
- 1/4 bolli granóla
- Fersk ber til áleggs

LEIÐBEININGAR:
a) Blandið saman sætri kartöflumús, grískri jógúrt og hunangi í skál.
b) Hrærið vel til að blanda saman.
c) Toppið sætkartöflublönduna með granóla og ferskum berjum.
d) Njóttu sætkartöflu morgunverðarskálarinnar kalt eða við stofuhita.

71.Sætar kartöflur og pylsur morgunmatur pottur

HRÁEFNI:
- 2 bollar soðnar og maukaðar sætar kartöflur
- 1 pund morgunverðarpylsa, soðin og mulin
- 1/2 laukur, skorinn í bita
- 1 paprika, skorin í teninga
- 1 bolli rifinn cheddar ostur
- 8 egg
- 1/2 bolli mjólk
- Salt og pipar eftir smekk

LEIÐBEININGAR:
a) Forhitið ofninn í 350°F (175°C).
b) Setjið sætar kartöflumús, soðnar pylsur, sneiðan lauk, niðurskorinn papriku og rifinn cheddarost í smurt eldfast mót.
c) Þeytið saman egg, mjólk, salt og pipar í skál.
d) Hellið eggjablöndunni yfir hráefnin í bökunarforminu.
e) Bakið í um 30-35 mínútur, eða þar til eggin hafa stífnað og toppurinn er gullinbrúnn.
f) Látið pottinn kólna í nokkrar mínútur áður en hún er skorin í sneiðar og borin fram.

72. Sætar kartöflumorgunkökur

HRÁEFNI:
- 1 bolli soðnar og maukaðar sætar kartöflur
- 1/4 bolli möndlusmjör
- 1/4 bolli hunang
- 1 tsk vanilluþykkni
- 1 bolli rúllaðir hafrar
- 1/2 bolli heilhveiti
- 1/2 tsk lyftiduft
- 1/2 tsk malaður kanill
- 1/4 tsk salt
- 1/4 bolli þurrkuð trönuber eða rúsínur
- 1/4 bolli saxaðar hnetur (valfrjálst)

LEIÐBEININGAR:
a) Hitið ofninn í 350°F (175°C) og klæddu bökunarplötu með bökunarpappír.
b) Blandið saman sætum kartöflumús, möndlusmjöri, hunangi og vanilluþykkni í skál. Blandið vel saman.
c) Í sérstakri skál, þeytið saman höfrum, heilhveiti, lyftidufti, kanil og salti.
d) Bætið þurrefnunum út í sætkartöflublönduna og hrærið þar til það hefur blandast saman.
e) Blandið þurrkuðum trönuberjum eða rúsínum og saxuðum hnetum saman við ef vill.
f) Setjið skeiðar af kexdeiginu á tilbúna bökunarplötuna.
g) Bakið í um það bil 12-15 mínútur, eða þar til kökurnar eru orðnar létt gylltar.
h) Leyfið kökunum að kólna á ofnplötu áður en þær eru settar yfir á grind til að kólna alveg.

73. Sætar kartöflur og beikon morgunverðarpönnur

HRÁEFNI:
- 2 miðlungs sætar kartöflur, skrældar og skornar í teninga
- 4 sneiðar beikon, saxað
- 1/2 laukur, skorinn í bita
- 1 paprika, skorin í teninga
- 4 egg
- Salt og pipar eftir smekk

LEIÐBEININGAR:
a) Eldið saxað beikon á pönnu þar til það verður stökkt. Takið af pönnunni og setjið til hliðar.
b) Bætið sætum kartöflum í teninga á sömu pönnu og eldið þar til þær eru mjúkar, um 8-10 mínútur.
c) Bætið hægelduðum lauk og papriku á pönnuna og eldið þar til það er mjúkt, um 3-4 mínútur.
d) Þrýstið sætkartöflublöndunni á aðra hliðina á pönnunni og brjótið eggin á hina hliðina.
e) Kryddið með salti og pipar.
f) Eldið þar til eggin eru tilbúin að vild og sætu kartöflurnar eru örlítið karamellískar.
g) Stráið soðnu beikoninu yfir pönnuna.
h) Berið fram sætu kartöfluna og beikon morgunverðarpönnu heita.

74. Smoothie skál fyrir sætar kartöflur

HRÁEFNI:
- 1 meðalstór sæt kartöflu, ristuð og afhýdd
- 1 frosinn banani
- 1/2 bolli grísk jógúrt
- 1/2 bolli möndlumjólk (eða önnur mjólk að eigin vali)
- 1 matskeið hunang eða hlynsíróp
- Álegg: banani í sneiðar, granóla, kókosflögur, chiafræ

LEIÐBEININGAR:

a) Blandaðu saman ristuðum sætum kartöflum, frosnum banani, grískri jógúrt, möndlumjólk og hunangi eða hlynsírópi í blandara.

b) Blandið þar til slétt og rjómakennt.

c) Hellið smoothie í skál og bætið við áleggi sem óskað er eftir, svo sem sneiðum banana, granóla, kókosflögum og chiafræjum.

d) Njóttu sætkartöflu smoothie skálarinnar strax.

75. Sætar kartöflumorgunverður Burrito skál

HRÁEFNI:
- 2 miðlungs sætar kartöflur, skrældar og skornar í teninga
- 1 matskeið ólífuolía
- 1 tsk paprika
- Salt og pipar eftir smekk
- 4 egg, hrærð
- 1 bolli svartar baunir, skolaðar og tæmdar
- Salsa eða heit sósa til framreiðslu
- Avókadó sneiðar til skrauts

LEIÐBEININGAR:
a) Forhitið ofninn í 425°F (220°C).
b) Kasta sætum kartöflum í teninga með ólífuolíu, papriku, salti og pipar í eldfast mót.
c) Steikið í ofni í um 20-25 mínútur, eða þar til sætar kartöflur eru mjúkar og örlítið stökkar.
d) Í skál, settu ristaðar sætar kartöflur, hrærð egg og svartar baunir.
e) Toppið með salsa eða heitri sósu og skreytið með avókadósneiðum.
f) Berið fram sætkartöflumorgunverðinn burrito skál heita.

76.Ceviche Perúanó

HRÁEFNI:
- 2 meðalstórar kartöflur
- 2 hver sætar kartöflur
- 1 rauðlaukur, skorinn í þunnar strimla
- 1 bolli ferskur lime safi
- ½ stöngul sellerí, skorið í sneiðar
- ¼ bolli léttpakkað kóríanderlauf
- 1 klípa af möluðu kúmeni
- 1 hvítlauksgeiri, saxaður
- 1 habanero pipar
- 1 klípa salt og nýmalaður pipar
- 1 pund ferskt tilapia skorið í ½ tommu
- 1 pund meðalstór rækja - afhýdd,

LEIÐBEININGAR:
a) Setjið kartöflurnar og sætu kartöflurnar í pott og setjið vatn yfir. Setjið sneiða laukinn í skál með volgu vatni.
b) Blandið sellerí, kóríander og kúmeni og hrærið hvítlauknum og habanero piparnum saman við. Kryddið með salti og pipar, hrærið síðan tilapia og rækju í teninga saman við
c) Til að bera fram skaltu afhýða kartöflurnar og skera þær í sneiðar. Hrærið lauknum út í fiskblönduna. Klæðið framreiðsluskálar með salatlaufum. Hellið ceviche sem samanstendur af safa í skálarnar og skreytið með kartöflusneiðum.

77. Gingered sætkartöflubrauð

HRÁEFNI:

- A; (1/2 pund) sæt kartöflu
- 1½ tsk Hakkað afhýdd fersk engiferrót
- 2 tsk ferskur sítrónusafi
- ¼ teskeið Þurrkaðar heitar rauðar piparflögur
- ¼ tsk Salt
- 1 stórt egg
- 5 matskeiðar Alhliða hveiti
- Jurtaolía til djúpsteikingar

LEIÐBEININGAR:

a) Saxið rifna sætu kartöfluna með engiferrótinni, sítrónusafanum, rauðu piparflögunum og salti fínt í matvinnsluvél, bætið egginu og hveitinu út í og blandið blöndunni vel saman.

b) Hitið 1½ tommu af olíunni í stórum potti og setjið matskeiðar af sætkartöflublöndunni ofan í olíuna þar til þær eru gullnar

c) Flyttu kökurnar yfir á pappírshandklæði til að tæma þær.

78. Sætar kartöflumarshmallow bitar

HRÁEFNI:

- 4 sætar kartöflur, skrældar og skornar í sneiðar
- 2 matskeiðar bráðið smjör úr jurtaríkinu
- 1 tsk hlynsíróp
- Kosher salt
- 10 aura poki af marshmallows
- ½ bolli af pecan helmingum

LEIÐBEININGAR:

a) Forhitið ofninn í 400 gráður Fahrenheit.

b) Kastaðu sætum kartöflum með bræddu plöntusmjöri og hlynsírópi á bökunarplötu og raðaðu þeim í jafnt lag. Kryddið með salti og pipar.

c) Bakið þar til það er mjúkt, um það bil 20 mínútur, snúið við hálfa leið. Fjarlægja.

d) Setjið hverja sæta kartöfluhring með marshmallow og steikið í 5 mínútur .

e) Berið fram strax með pecan helmingi ofan á hvern marshmallow.

79. Fylltar sætar kartöflur

HRÁEFNI:

- 1 bolli vatn
- 1 sæt kartöflu
- 1 matskeið hreint hlynsíróp
- 1 msk möndlusmjör
- 1 matskeið saxaðar pekanhnetur
- 2 matskeiðar bláber
- 1 tsk chiafræ
- 1 tsk karrý p aste

LEIÐBEININGAR:

a) Bætið einum bolla af vatni og gufubátsgrindinni í pottinn þinn.

b) Lokið lokinu og setjið sætu kartöfluna á grindina og passið að losunarventillinn sé í réttri stöðu.

c) Forhitaðu Instant Pot að háþrýstingi í 15 mínútur á handvirkt. Það mun taka nokkrar mínútur fyrir þrýstinginn að byggjast upp.

d) Eftir að tímamælirinn slokknar skaltu láta þrýstinginn falla náttúrulega í 10 mínútur. Snúið losunarventilnum til að losa þrýsting sem eftir er.

e) Þegar flotventillinn hefur fallið skaltu fjarlægja sætu kartöfluna með því að opna lokið.

f) Þegar sæta kartöflun hefur kólnað nógu mikið til að hægt sé að höndla hana, skerið hana í tvennt og maukið kjötið með gaffli.

g) Toppið með pekanhnetum, bláberjum og chiafræjum og dreypið síðan hlynsírópi og möndlusmjöri yfir.

80. Tempura sætar kartöflur

HRÁEFNI:
- 2 meðalstórar sætar kartöflur
- Jurtaolía, til steikingar
- 1 bolli alhliða hveiti
- ¼ bolli maíssterkju
- ½ tsk salt
- 1 bolli ískalt vatn
- Dýfasósa að eigin vali (td sojasósa, ponzu sósa eða sæt chilisósa)

LEIÐBEININGAR:
a) Afhýðið sætu kartöflurnar og skerið þær í þunnar sneiðar eða eldspýtustangir. Leggið þær í bleyti í köldu vatni í nokkrar mínútur til að fjarlægja umfram sterkju. Tæmið og þurrkið með pappírshandklæði.
b) Hitið jurtaolíu í djúpsteikingarpotti eða stórum potti í um 350°F (175°C).
c) Í blöndunarskál, blandaðu saman alhliða hveiti, maíssterkju og salti. Bætið ísköldu vatninu smám saman út í, hrærið varlega, þar til deigið er slétt. Gætið þess að blanda ekki of mikið; það er allt í lagi ef það eru nokkrir kekkir.
d) Dýfðu hverri sætri kartöflusneið eða eldspýtustokk í tempura deigið og tryggðu að hún sé jafnhúðuð. Leyfðu umframdeig að leka af áður en þú setur það varlega í heita olíuna.
e) Steikið sætu kartöflurnar í skömmtum, passið að yfirfylla ekki steikingarpottinn eða pottinn. Eldið þær í um 2-3 mínútur eða þar til tempura deigið verður gullið og stökkt. Fjarlægðu þau úr olíunni með skeið eða töng og færðu þau yfir á disk sem er klædd pappírshandklæði til að draga í sig umfram olíu.
f) Endurtaktu ferlið með sætum kartöflum sem eftir eru þar til allar eru soðnar.
g) Berið fram tempura sætu kartöflurnar heitar með ídýfingarsósu að eigin vali. Þeir gera bragðgóðan og stökkan forrétt eða hægt að bera fram sem meðlæti með aðalmáltíð.

81. Kalkúnn og sætar kartöflur Tempura

HRÁEFNI:
- 2 kalkúnakótilettur, þunnar sneiðar
- 1 lítil sæt kartöflu, afhýdd og skorin í þunnar sneiðar
- 1 bolli alhliða hveiti
- ¼ bolli maíssterkju
- ¼ tsk lyftiduft
- ¼ teskeið salt
- 1 bolli ískalt vatn
- Jurtaolía til steikingar
- Hunangssinnepssósa eða valinn dýfingarsósa til framreiðslu

LEIÐBEININGAR:
a) Skerið kalkúnakótilettu og sætu kartöfluna í þunnar strimla.
b) Hrærið saman hveiti, maíssterkju, lyftidufti og salti í skál.
c) Bætið ísköldu vatninu smám saman út í þurrefnin og þeytið þar til deigið er slétt með kekkjum.
d) Hitið jurtaolíu í djúpsteikingarpotti eða stórum potti í 180°C (360°F).
e) Dýfðu hverri kalkúnarönd og sætu kartöflusneið í deigið og hyldu þær jafnt.
f) Setjið kalkúninn og sætu kartöfluna varlega í heitu olíuna og steikið þar til þeir eru gullinbrúnir, snúið þeim einu sinni til að elda jafnt.
g) Notaðu skeið til að fjarlægja steikta kalkúninn og sætu kartöfluna úr olíunni og færðu þau yfir á pappírsklædda disk til að tæma umfram olíu.
h) Berið kalkúninn og sætu kartöfluna tempura fram með hunangssinnepssósu eða valinni dýfingarsósu fyrir bragðgóða bragðblöndu.

82.Sveit kartöflu Nachos

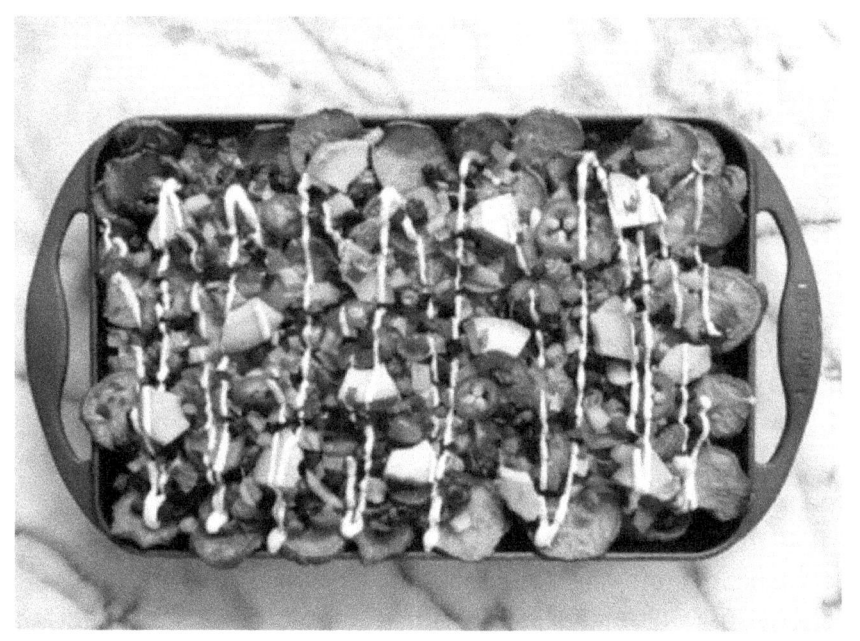

HRÁEFNI:

- 1 matskeið ólífuolía
- ⅓ bolli saxaður tómatur
- ⅓ bolli saxað avókadó
- 1 tsk chili duft
- 1 tsk hvítlauksduft
- 3 sætar kartöflur
- 1½ tsk paprika
- ⅓ bolli fituskert rifinn Cheddar ostur

LEIÐBEININGAR:

a) Forhitið ofninn í 425 gráður Fahrenheit. Húðaðu bökunarformin með eldunarúða og hyldu þau með filmu.

b) Afhýðið og skerið sætu kartöflurnar þunnt í 14 tommu hringi.

c) Kasta hringjunum með ólífuolíu, chilidufti, hvítlauksdufti og papriku.

d) Dreifið jafnt yfir á forhitaða pönnuna og bakið í 25 mínútur, fletjið eldunartímanum hálfa leið þar til það er stökkt.

e) Takið pönnuna úr ofninum og toppið sætu kartöflurnar með baunum og osti.

f) Bakið í aðrar 2 mínútur þar til osturinn hefur bráðnað.

g) Hellið tómötum og avókadó út í. Berið fram.

83. Bakaðar sætar kartöfluflögur

HRÁEFNI:
- 2 stórar sætar kartöflur
- 2 matskeiðar ólífuolía
- Salt og pipar eftir smekk

LEIÐBEININGAR:
a) Forhitið ofninn í 375°F (190°C).
b) Þvoið og afhýðið sætu kartöflurnar. Skerið þær þunnt með því að nota mandólínskera eða beittan hníf.
c) Í stórri skál skaltu kasta sætu kartöflusneiðunum með ólífuolíu, salti og pipar þar til þær eru jafnhúðaðar.
d) Raðið sneiðunum í einu lagi á bökunarplötu klædda bökunarpappír.
e) Bakið í 15-20 mínútur, fletjið flögunum hálfa leið þar til þær eru stökkar og ljósbrúnar.
f) Takið úr ofninum og látið flögurnar kólna áður en þær eru bornar fram.

84. Karrý kryddaðar sætar kartöfluflögur

HRÁEFNI:
- 2 stórar sætar kartöflur
- 2 matskeiðar ólífuolía
- 1 tsk karrýduft
- ½ tsk salt
- ¼ tsk malað túrmerik
- ¼ tsk malað kúmen

LEIÐBEININGAR:

a) Forhitið ofninn í 375°F (190°C).

b) Þvoið og afhýðið sætu kartöflurnar. Skerið þær þunnt með því að nota mandólínskera eða beittan hníf.

c) Í skál skaltu henda sætu kartöflusneiðunum með ólífuolíu, karrýdufti, salti, túrmerik og kúmeni þar til þau eru vel húðuð.

d) Raðið sneiðunum í einu lagi á bökunarplötu klædda bökunarpappír.

e) Bakið í 15-20 mínútur, fletjið flögunum hálfa leið þar til þær eru stökkar og ljósbrúnar.

f) Takið úr ofninum og látið flögurnar kólna áður en þær eru bornar fram.

85. Bbq sætar kartöfluhnísur

HRÁEFNI:
- 2 miðlungs sætar kartöflur
- 2 matskeiðar ólífuolía
- 1 msk BBQ krydd
- ½ tsk salt

LEIÐBEININGAR:
a) Forhitið ofninn í 375°F (190°C).
b) Þvoið og afhýðið sætu kartöflurnar.
c) Skerið sætu kartöflurnar þunnt með því að nota mandólínskera eða beittan hníf.
d) Blandið saman ólífuolíu, BBQ kryddi og salti í skál.
e) Kastaðu sætu kartöflusneiðunum í blönduna þar til þær eru vel húðaðar.
f) Raðið sætu kartöflusneiðunum á bökunarplötu klædda bökunarpappír.
g) Bakið í 15-20 mínútur eða þar til þær eru stökkar og örlítið karamellískar.
h) Látið hrökkin kólna áður en hún er borin fram.

86. Sætar kartöflur

HRÁEFNI:
- Salt og pipar
- ½ bakuð sæt kartöflu, skorin í sneiðar
- 2 egg
- ½ bolli grænmeti að eigin vali: örgrænt, rúlla, spínat eða annað
- EVOO

LEIÐBEININGAR:
a) Setjið ¾ af grænmetinu á disk og dreypið létt með ólífuolíu og klípu af salti.
b) Hitið pönnu eða pönnu að meðalhita.
c) Bætið ólífuolíu út í og setjið svo sætu kartöflusneiðarnar á pönnuna.
d) Kryddið með salti og pipar.
e) Eldið þar til botninn byrjar að brúnast og snúið svo við.
f) Taktu sætu kartöflusneiðarnar úr pönnunni og raðaðu þeim ofan á forsoðna grænmetið.
g) Brjótið tvö egg í pönnuna.
h) Kryddið þær með smá salti og pipar.
i) Bætið eggjunum við soðnu sætu kartöflusneiðarnar ofan á.
j) Skreytið réttinn með fráteknu grænmetinu.

87. Kalkúnarennibrautir með sætum kartöflum

HRÁEFNI:
- 4 eplaviðarreyktar beikonræmur, smátt saxaðar
- 1 pund malaður kalkúnn
- ½ bolli panko mola
- 2 stór egg
- ½ bolli rifinn parmesanostur
- 4 matskeiðar saxað ferskt kóríander
- 1 tsk þurrkuð basil
- ½ tsk malað kúmen
- 1 matskeið sojasósa
- 2 stórar sætar kartöflur
- Rifinn Colby-Monterey Jack ostur

LEIÐBEININGAR:

a) Í stórri pönnu, eldið beikon við miðlungshita þar til það er stökkt; holræsi á pappírshandklæði. Fleygðu öllu nema 2 matskeiðum af dreypi. Setjið pönnu til hliðar. Blandið beikoni saman við næstu 8 hráefni þar til það hefur blandast vel saman; hyljið og kælið í að minnsta kosti 30 mínútur.

b) Hitið ofninn í 425°. Skerið sætar kartöflur í 20 sneiðar um það bil ½ tommu þykkar. Settu sneiðar á ósmurða bökunarplötu; bakið þar til sætar kartöflur eru orðnar meyrar en ekki mjúkar, 30-35 mínútur. Fjarlægðu sneiðar; kælið á vírgrind.

c) Hitið pönnu með fráteknum dreypi yfir miðlungs háan hita. Mótaðu kalkúnablönduna í rennibrautarstærð. Eldið rennibrautirnar í lotum, 3-4 mínútur á hvorri hlið, passið að troða ekki pönnunni. Bættu við klípu af rifnum cheddar eftir að hafa snúið hverjum renna í fyrsta skiptið. Eldið þar til hitamælirinn sýnir 165° og safinn rennur út.

d) Til að þjóna, setjið hvern renna á sætar kartöflusneið; dab með hunangi Dijon sinnepi. Hyljið með annarri sætri kartöflusneið.

e) Gataðu með tannstöngli.

88. Sætar kartöflur og gulrótar Tinga Tacos

HRÁEFNI:

- ¼ bolli Vatn
- 1 bolli Þunnt sneiddur hvítlaukur
- 3 hvítlauksrif, söxuð
- 2 ½ bollar Rifin sæt kartöflu
- 1 bolli Rifin gulrót
- 1 dós (14 aura) Tómatar í hægeldunum
- 1 tsk mexíkóskt oregano
- 2 Chipotle paprikur í adobo
- ½ bolli grænmetiskraftur
- 1 avókadó, sneið
- 8 tortillur

LEIÐBEININGAR:

a) Bætið vatni og lauk á stóra pönnu við meðalhita og eldið í 3-4 mínútur þar til laukurinn er hálfgagnsær og mjúkur. Bætið hvítlauknum út í og haltu áfram að elda, hrærið í 1 mínútu.

b) Bætið sætum kartöflum og gulrótum á pönnuna og eldið í 5 mín og hrærið oft.

SÓSA:

c) Setjið hægeldaða tómata, grænmetiskraft, oregano og chipotle papriku í blandarann og vinnið þar til það er slétt.

d) Bætið chipotle-tómatsósu á pönnuna og eldið í 10-12 mínútur, hrærið af og til, þar til sætu kartöflurnar og gulræturnar eru soðnar í gegn. Ef þarf, bætið meira grænmetiskrafti á pönnuna.

e) Berið fram á volgum tortillum og toppið með avókadósneiðum.

89. Linsubaunir og hrísgrjón Kjötbollur

HRÁEFNI:

- ¾ bolli Linsubaunir
- 1 Sæt kartafla
- 10 Fersk spínatblöð
- 1 bolli Ferskir sveppir, saxaðir
- ¾ bolli möndlumjöl
- 1 teskeið Estragon
- 1 teskeið Hvítlauksduft
- 1 teskeið Steinseljuflögur
- ¾ bolli Langkorna hrísgrjón

LEIÐBEININGAR:

a) Kókið hrísgrjón þar til þau eru soðin og örlítið klístruð og linsubaunir þar til þau eru mjúk. Kælið aðeins.
b) Saxið sæta kartöflu sem hefur verið afhýdd smátt og soðið þar til hún er mjúk. Kælið aðeins.
c) Spínat lauf ætti að skola og fínt rifa.
d) Blandið öllu hráefninu og kryddinu og bætið við salti og pipar eftir smekk.
e) Kældu í kæli í 15-30 mín.
f) Mótið kjötbollur og steikið á pönnu eða á grænmetisgrilli.
g) Gakktu úr skugga um að smyrja eða úða pönnu með Pam þar sem þessar kjötbollur eiga það til að festast.

90. Sætkartöflumarshmallow pottur

HRÁEFNI:

- 4 ½ pund sætar kartöflur
- 1 bolli kornsykur
- ½ bolli vegan smjör mildað
- ¼ bolli jurtamjólk
- 1 tsk vanilluþykkni
- ¼ teskeið salt
- 1 ¼ bolli maískorn, mulið
- ¼ bolli saxaðar pekanhnetur
- 1 matskeið púðursykur
- 1 msk vegan smjör, brætt
- 1½ bolli litlum marshmallows

LEIÐBEININGAR:

a) Forhitið ofninn í 425 gráður á Fahrenheit.
b) Ristið sætar kartöflur í 1 klukkustund eða þar til þær eru mjúkar.
c) Skerið sætar kartöflur í tvennt og ausið innan úr þeim í blöndunarform.
d) Notaðu rafmagnshrærivél, þeytið sætu kartöflumús, kornsykur og eftirfarandi 5 hráefni þar til slétt er.
e) Skeið kartöflublöndunni í 11 x 7 tommu ofnform sem hefur verið smurt.
f) Í blöndunarskál skaltu sameina kornflögur og næstu þrjú hráefni.
g) Stráið í skáhallar raðir með 2 tommu millibili yfir fatið.
h) Bakið í 30 mínútur .
i) Á milli raða af cornflakes, stökkva á marshmallows; baka í 10 mínútur.

91. Cornflake sætkartöflupott

HRÁEFNI:
- 2 egg
- 3 bollar sætar kartöflumús
- 1 bolli sykur
- ½ bolli smjör, brætt
- ⅓ bolli mjólk
- 1 tsk vanilluþykkni

ÁFLAG:
- 3 bollar maísflögur
- ⅔ bolli smjör, brætt
- 1 bolli pakkaður púðursykur
- ½ bolli saxaðar hnetur
- ½ bolli rúsínur

LEIÐBEININGAR:
a) Þeytið egg í stórri skál, setjið síðan næstu 5 hráefni út í og blandið vel saman.
b) Skellið í ósmurt 13"x9" bökunarform. Blandið hráefni fyrir álegg og stráið kartöflum yfir.
c) Bakið við 350 gráður í um það bil 30 til 40 mínútur.

92.Baun, hirsibrauð með sætum kartöflum

HRÁEFNI:
- 1 bolli saxaðir sveppir
- 1 matskeið olía
- 1 bolli sætar kartöflur í teningum
- Vatn, ef þarf
- ½ bolli silkitófú
- 2 matskeiðar salsa (valfrjálst)
- 2 matskeiðar kartöflusterkja
- 15 aura dós af rauðum baunum, tæmd og skoluð
- ½ bolli soðið hirsi
- 1 bolli rúgbrauð, skorið í litla teninga
- ½ bolli þíddur frosinn maís eða maís skafinn ferskur úr kolunum
- 1 tsk saxað rósmarín
- ½ tsk salt
- ½ bolli ristaðar, fínt saxaðar hnetur, hvaða afbrigði sem er (valfrjálst)

LEIÐBEININGAR:
a) Hitið þunga pönnu yfir meðalháum hita. Bætið við sveppum og þurrsteikið þar til þeir losa safinn. Dragðu úr hita.
b) Bætið við olíu og sætum kartöflum, setjið lok á og eldið þar til sætar kartöflur eru mjúkar.
c) Bætið við smá vatni ef þarf til að kartöflurnar festist ekki. Þegar kartöflur og sveppir eru tilbúnar skaltu fjarlægja um það bil ½ bolla og sameina með tofu, salsa og kartöflusterkju. Blandið vel saman. Setja til hliðar.
d) Hitið ofninn í 350 gráður. Klæðið bökunarformið með bökunarpappír. Blandið saman rauðu baununum, hirsi og rúgbrauðinu í stórri blöndunarskál og maukið saman þar til það er blandað saman.
e) Hrærið tófúblöndunni, maís, rósmarín, salti og hnetum saman við.
f) Blandið vel saman. Dreifið helmingnum af þessari blöndu í brauðformið.

g) Setjið afganginn af sveppunum og sætu kartöflunum yfir lagið og dreifið síðan baununum og hirsiblöndunni sem eftir er yfir. Líkamsleit. Bakið í 45 mínútur.

h) Takið úr ofninum og hvolfið á kæligrind til að kólna.

93. Sætar kartöflugnocchi með roketupestói

HRÁEFNI:
- 2 stórar sætar kartöflur, bakaðar og afhýddar
- 2 bollar alhliða hveiti, auk auka til að rykhreinsa
- 1 tsk salt
- ½ tsk malaður svartur pipar
- ¼ tsk malaður múskat
- 2 bollar ferskt rokettu (ruccola) lauf
- ½ bolli rifinn parmesanostur
- ¼ bolli furuhnetur
- 2 hvítlauksgeirar, saxaðir
- ½ bolli extra virgin ólífuolía
- Salt og pipar eftir smekk

LEIÐBEININGAR:
a) Í stórri skál, stappið bakaðar sætu kartöflurnar þar til þær eru sléttar.
b) Í sérstakri skál skaltu sameina alhliða hveiti, salt, malaðan svartan pipar og malaðan múskat.
c) Bætið hveitiblöndunni smám saman við sætu kartöflumúsina, blandið vel saman þar til mjúkt deig myndast. Ef deigið er of klístrað, bætið þá við smá hveiti.
d) Færið deigið yfir á létt hveitistráð yfirborð og hnoðið það varlega í nokkrar mínútur þar til það er slétt.
e) Skiptið deiginu í litla skammta. Rúllaðu hverjum hluta í reipiform, um það bil ½ tommu í þvermál.
f) Skerið strengina í litla bita, um það bil 1 tommu langa, til að mynda gnocchi. Notaðu gaffal til að búa til hryggja á hvern bita ef vill.
g) Látið suðu koma upp í stórum potti af saltvatni. Bætið sætu kartöflugnocchi út í og eldið þar til þeir fljóta upp á yfirborðið. Þetta ætti að taka um 2-3 mínútur. Fjarlægðu gnocchi með sleif og settu þau til hliðar.
h) Í matvinnsluvél, blandaðu saman ferskum rokettublöðum, rifnum parmesanosti, furuhnetum, söxuðum hvítlauk og extra virgin ólífuolíu. Vinnið þar til blandan myndar slétt pestó. Kryddið með salti og pipar eftir smekk.

i) Hitið smá ólífuolíu yfir miðlungshita í stórri pönnu. Bætið soðnu sætu kartöflugnocchi út í og hentu þeim í pönnu þar til þau eru vel húðuð og hituð í gegn.

j) Berið sætkartöflugnocchi fram með rokettupestói, dreifið pestóinu yfir gnocchiið eða berið það fram til hliðar. Njóttu ljúffengrar samsetningar af sætum kartöflugnocchi og bragðmiklu rokettupestói.

94. Kastaníuhnetu- og sætkartöflugnocchi

HRÁEFNI:
GNOCCHI
- 1 + ½ bolli af ristuðum sætum kartöflum
- ½ bolli Kastaníumjöl
- ½ bolli nýmjólk ricotta
- 2 tsk kosher salt
- ½ bolli glútenlaust hveiti
- Hvítur pipar eftir smekk
- Reykt paprika eftir smekk

SVEPPER & KASTANJA RAGU
- 1 bolli takkasveppur, skorinn í 4
- 2-3 portobello sveppir, skornir í fína strimla
- 1 bakki af shimeji sveppum (hvítir eða brúnir)
- ⅓ bolli af kastaníuhnetu, í teningum
- 2 matskeiðar af smjöri
- 2 skalottlaukar, smátt saxaðir
- 2 hvítlauksgeirar, smátt saxaðir
- 1 tsk tómatmauk
- Hvítvín (eftir smekk)
- Kosher salt (eftir smekk)
- 2 matskeiðar fersk salvía, smátt skorin
- Steinselja eftir smekk

AÐ KLÁRA
- 2 matskeiðar af ólífuolíu
- Parmesan ostur (eftir smekk)

LEIÐBEININGAR:
GNOCCHI
a) Hitið ofninn í 380 gráður.
b) Stingið sætu kartöflurnar í gegn með gaffli.
c) Setjið sætu kartöflurnar á ofnplötu og steikið í um 30 mínútur, eða þar til þær eru meyrar. Látið kólna aðeins.
d) Flysjið sætu kartöflurnar og færið þær í matvinnsluvél. Maukið þar til slétt.

e) Í stórri skál skaltu sameina dr innihaldsefnin (kastaníumjöl, salt, glútenlaust hveiti, hvítur pipar og reykt paprika) og halda þeim til hliðar.
f) Flyttu sætkartöflumaukinu yfir í stóra skál. Bætið ricotta út í og bætið ¾ af þurrkuðu blöndunni út í. Færið deigið yfir á mjög hveitistráðan vinnuborð og hnoðið meira hveiti varlega inn í þar til deigið kemur saman en er samt mjög mjúkt.
g) Skiptið deiginu í 6-8 hluta og rúllið hverjum bita í 1 tommu þykkt reipi.
h) Skerið strengina í 1 tommu lengd og rykið hvert stykki með glútenfríu hveiti.
i) Rúllaðu hverjum gnocchi upp að tindunum á hveitistráðum gaffli til að gera litlar dældir.
j) Geymið það á bakka í kæliskápnum þar til þú ert tilbúinn að nota það.

SVEPPER & KASTANJA RAGU
k) Bræðið smjörið á heitri pönnu og bætið við smá salti.
l) Bætið skalottlaukunum, hvítlauknum og salvíunni út í og steikið í 10 mínútur þar til skalottlaukurinn er hálfgagnsær.
m) Bætið öllum sveppunum út í og steikið við háan hita, hrærið stöðugt í.
n) Bætið tómatmaukinu og hvítvíninu út í og látið draga úr því þar til sveppirnir eru orðnir mjúkir og mjúkir.
o) Toppaðu ragu með ferskri saxaðri steinselju og hægelduðum kastaníuhnetum. Setja til hliðar.

AÐ KLÁRA
p) Látið suðu koma upp í stórum potti af saltvatni. Bætið sætu kartöflugnocchi út í og eldið þar til þeir fljóta upp á yfirborðið, um 3-4 mínútur.
q) Færið gnocchiið yfir á stóran disk með skálinni. Endurtaktu með gnocchi sem eftir er.
r) Bræðið 2 matskeiðar af ólífuolíu í stórri sautépönnu.
s) Bætið gnocchiinu út í, hrærið varlega, þar til gnocchiið er karamelliskennt.
t) Bætið við sveppnum Ragu og bætið við nokkrum matskeiðum af gnocchi vatninu.

u) Hrærið varlega og látið malla í 2-3 mínútur við háan hita.
v) Berið fram með parmesanosti yfir.

95. Sætar kartöflur og gulrótargnocchi

HRÁEFNI:
- 1 stór sæt kartöflu, bökuð og afhýdd
- 1 stór gulrót, soðin og afhýdd
- 2 bollar alhliða hveiti, auk auka til að rykhreinsa
- ½ tsk salt
- ¼ tsk malaður kanill
- ¼ tsk malaður múskat
- ¼ teskeið malað engifer
- Smjör eða ólífuolía til eldunar
- Fersk salvíublöð til skrauts

LEIÐBEININGAR:
a) Maukið bökuðu sætu kartöfluna og soðna gulrótina í stórri skál þar til þær eru sléttar.
b) Í sérstakri skál skaltu sameina alhliða hveiti, salt, malaðan kanil, malaðan múskat og malað engifer.
c) Bætið hveitiblöndunni smám saman við sætu kartöflumúsina og gulrótina, blandið vel saman þar til mjúkt deig myndast. Ef deigið er of klístrað, bætið þá við smá hveiti.
d) Færið deigið yfir á létt hveitistráð yfirborð og hnoðið það varlega í nokkrar mínútur þar til það er slétt.
e) Skiptið deiginu í litla skammta. Rúllaðu hverjum hluta í reipiform, um það bil ½ tommu í þvermál.
f) Skerið strengina í litla bita, um það bil 1 tommu langa, til að mynda gnocchi. Notaðu gaffal til að búa til hryggja á hvern bita ef vill.
g) Látið suðu koma upp í stórum potti af saltvatni. Bætið sætu kartöflu- og gulrótargnocchi út í og eldið þar til þau fljóta upp á yfirborðið. Þetta ætti að taka um 2-3 mínútur. Fjarlægðu gnocchi með sleif og settu þau til hliðar.
h) Hitið smjör eða ólífuolíu yfir miðlungshita í sérri pönnu. Bætið soðnu sætu kartöflunni og gulrótargnocchi út í og steikið þar til þær eru léttbrúnar og stökkar.
i) Skreytið sætu kartöfluna og gulrótarnocchiið með fersku salvíulaufi áður en það er borið fram.

JERÚSALEM ARTICHOKE

96.Grænmetis Carpaccio

HRÁEFNI:
- 3 rauðrófur í mismunandi litum; bleikur, gulur og hvítur
- 2 gulrætur í mismunandi litum; gult og fjólublátt
- 2 Jerúsalem ætiþistlar
- 4 radísur
- 1 rófa
- ¼ bolli ólífuolía
- 4 matskeiðar vínedik
- 1 brauðsneið, í teningum
- 2 matskeiðar furuhnetur
- 1 matskeið graskersfræ
- 2 matskeiðar valhnetuolía
- 1 handfylli salat
- sjó salt
- nýmalaður svartur pipar

LEIÐBEININGAR :
a) Þvoið allt grænmetið. Skerið í mjög þunnar sneiðar með mandólíni.
b) Setjið í skál, hellið ediki og ólífuolíu út í og hrærið varlega með fingrunum.
c) Látið standa í klukkutíma.
d) Ristið brauð með furuhnetunum og graskersfræjunum á þurri pönnu og hrærið stöðugt í.
e) Raðið grænmetinu á disk og skreytið með brauðteningum og fræjum.
f) Stráið hnetuolíu yfir, salti og pipar.
g) Skreytið með salatlaufum.

97. Jerúsalem þistilhjörtur með granatepli

HRÁEFNI:
- 500 g Jerúsalem ætiþistlar
- 3 matskeiðar extra virgin ólífuolía
- 1 tsk nigella fræ
- 2 matskeiðar furuhnetur
- 1 matskeið hunang
- 1 granatepli, helmingað endilangt
- 3 matskeiðar granatepli melass
- 3 matskeiðar feta, mulið
- 2 msk flatblaða steinselja, saxuð
- Salt og svartur pipar

LEIÐBEININGAR:
a) Forhitið ofninn í 200C/400F/gasmark 6. Skrúbbið ætiþistlana vel og helmingið þá eða fjórðungið eftir stærð. Setjið þær á stóra bökunarplötu í einu lagi og dreypið 2 msk af olíunni yfir. Kryddið vel með salti og pipar og stráið svo nigella fræjunum yfir. Steikið í 20 mínútur eða þar til það er stökkt í kringum brúnirnar. Bætið furuhnetunum og hunanginu við ætiþistlana síðustu 4 mínúturnar af eldun.
b) Á meðan, þeytið granateplafræin út. Notaðu stóra skál og þunga tréskeið og berðu á hliðina á hverju hálfu granatepli þar til öll fræin hafa skotið út. Fjarlægðu hvaða maríu sem er. Hellið safanum í litla skál og bætið við granateplasírópinu og afganginum af ólífuolíu. Hrærið saman þar til blandast saman.
c) Þegar ætiþistlin og furuhneturnar eru tilbúnar, setjið þær með skeið á framreiðsludisk með fræjunum stráð yfir. Hellið dressingunni yfir allt og endið með fetaosti og steinselju til að bera fram.

98. Þistilhjörtu kóríander kokteill

HRÁEFNI:
- 4 Jerúsalem ætiþistlar
- 1 búnt ferskt kóríander, um 1 bolli
- 4 stórar radísur, með hala og snyrtar
- 3 meðalstórar rætur, snyrtar

LEIÐBEININGAR:

a) Vinndu Jerúsalem ætiþistlana, einn í einu, í gegnum rafræna safapressuna þína samkvæmt leiðbeiningum framleiðanda.
b) Rúllaðu kóríander í kúlu til að þjappa saman og bæta við.
c) Bætið radísum og gulrótum út í.
d) Blandið safanum vandlega saman og berið fram yfir ís að vild.

99.Brenndur kjúklingur með ætiþistli

Hráefni :
- 1 lb / 450 g Jerúsalem ætiþistlar, skrældar og skornar eftir endilöngu í 6 fleyga ⅔ tommu / 1,5 cm þykka
- 3 msk nýkreistur sítrónusafi
- 8 kjúklingalæri með skinni, með beinum, eða 1 meðalstór heill kjúklingur, skorinn í fjórða
- 12 bananar eða aðrir stórir skalottlaukar, helmingaðir langsum
- 12 stór hvítlauksrif, skorin í sneiðar
- 1 meðalstór sítróna, helminguð langsum og síðan mjög þunnar sneiðar
- 1 tsk saffranþræðir
- 3½ msk / 50 ml ólífuolía
- ¾ bolli / 150 ml kalt vatn
- 1¼ msk bleik piparkorn, létt mulin
- ¼ bolli / 10 g fersk timjanblöð
- 1 bolli / 40 g estragon lauf, saxað
- 2 tsk salt
- ½ tsk nýmalaður svartur pipar

LEIÐBEININGAR :
a) Setjið ætiþistlana í meðalstóran pott, hellið miklu vatni yfir og bætið helmingnum af sítrónusafanum út í. Látið suðuna koma upp, lækkið hitann og látið malla í 10 til 20 mínútur þar til mjúkt en ekki mjúkt. Tæmið og látið kólna.
b) Setjið ætiþistlana og allt hráefnið sem eftir er, fyrir utan afganginn af sítrónusafanum og helmingnum af estragoninu, í stóra blöndunarskál og notaðu hendurnar til að blanda öllu vel saman. Lokið og látið marinerast í ísskáp yfir nótt eða í að minnsta kosti 2 klst.
c) Forhitið ofninn í 475°F / 240°C. Raðið kjúklingabitunum, með skinnhliðinni upp, í miðju steikarpönnu og dreifið afganginum í kringum kjúklinginn. Steikið í 30 mínútur. Hyljið pönnuna með álpappír og eldið í 15 mínútur til viðbótar. Á þessum tímapunkti ætti kjúklingurinn að vera alveg eldaður. Takið úr ofninum og bætið við estragoninu og sítrónusafanum. Hrærið vel, smakkið til og bætið við meira salti ef þarf. Berið fram í einu.

100.Spínat og sætkartöflulasagne

HRÁEFNI:
- 2 til 3 stórar sætar kartöflur (um 2 pund), skrældar og skornar í ½ tommu hringi
- 2 stór blómkálshaus, skorin í báta
- ¼ bolli furuhnetur, ristaðar
- Ósykrað möndlumjólk, eftir þörfum
- 3 matskeiðar næringarger, valfrjálst
- ½ tsk múskat
- 1½ tsk salt
- 1 stór gulur laukur, afhýddur og skorinn í teninga
- 4 hvítlauksrif, afhýdd og söxuð
- 1 msk hakkað timjan
- ½ bolli smátt skorin basil
- 12 bollar spínat (um 2 pund)
- Salt og nýmalaður svartur pipar eftir smekk
- 12 aura heilkorna eða Jerúsalem þistilhjörtu lasagna núðlur, soðnar samkvæmt pakkaleiðbeiningum, tæmdar og skolaðar þar til þær eru kólnar

LEIÐBEININGAR:
a) Setjið sætu kartöflurnar í tvöfaldan ketil eða gufukörfu og látið gufa í 6 mínútur, eða þar til þær eru mjúkar en ekki mjúkar. Skolið þar til það er kalt, hellið síðan af og setjið til hliðar.
b) Látið blómkálið gufa í 6 til 8 mínútur þar til það er mjög mjúkt. Blandið blómkálinu og furuhnetunum saman í blandara, í skömmtum ef þarf, og maukið þar til það er slétt og rjómakennt, bætið við möndlumjólk ef þarf. Bætið maukinu í stóra skál og hrærið næringargerinu (ef það er notað), múskat og salti saman við. Setja til hliðar.
c) Setjið laukinn í stóra pönnu og steikið við meðalhita í 10 mínútur. Bætið vatni við 1 til 2 matskeiðar í einu til að koma í veg fyrir að það festist við pönnuna.
d) Bætið hvítlauk, timjan, basilíku og spínati út í og eldið í 4 til 5 mínútur, eða þar til spínatið visnar. Bætið við blómkálsmaukið og blandið vel saman. Kryddið með auka salti og pipar.
e) Forhitið ofninn í 350°F.

f) Til að setja saman lasagna skaltu hella 1 bolla af blómkálsblöndunni í botninn á 9 × 13 tommu bökunarformi. Bætið við lag af lasagna núðlum. Settu lag af sætum kartöflum ofan á núðlurnar.

g) Hellið 1½ bolla af blómkálsblöndunni yfir sætu kartöflurnar. Toppið með öðru lagi af núðlum og síðan lag af sætum kartöflum.

h) Bætið öðru lagi af blómkálsblöndunni saman við. Toppið með síðasta lagi af núðlum og afganginum af blómkálssósunni. Hyljið með álpappír og bakið í 30 mínútur.

i) Takið lokið af og bakið í 15 mínútur í viðbót, eða þar til potturinn er heit og freyðandi. Látið standa í 15 mínútur áður en borið er fram.

NIÐURSTAÐA

Þegar við ljúkum matreiðsluferð okkar í gegnum "RÓTGRÆNSTABÓKIN ," vonum við að þú hafir upplifað gleðina við að ná tökum á list rótargrænmetismatargerðar. Hver uppskrift á þessum síðum er tilefni af jarðneskum bragði, næringarauðgi og fjölhæfni í matreiðslu sem rótargrænmeti færir þér á borðið - til vitnis um matreiðslumöguleikana sem liggja undir yfirborðinu.

Hvort sem þú hefur notið einfaldleika ristaðs rótargrænmetis, tileinkað þér sköpunargáfu nýstárlegra rétta eða kannað næringarfræðilegan ávinning ýmissa róta, þá treystum við því að þessar uppskriftir hafi kveikt ástríðu þína fyrir matreiðslu með rótargrænmeti. Fyrir utan hráefnin og tæknina, megi hugmyndin um að ná tökum á matargerð með rótargrænmeti verða uppspretta innblásturs, sköpunar og fagnaðar gnægð náttúrunnar.

Þegar þú heldur áfram að kanna matreiðslumöguleika rótargrænmetis, megi "The RÓTGRÆNSTABÓKIN " vera traustur félagi þinn og leiðbeina þér í gegnum margs konar uppskriftir sem sýna fram á auð og fjölhæfni þessara neðanjarðarfjársjóða. Hér er að njóta jarðnesku góðgætisins, búa til dýrindis máltíðir og fagna mikilvægu hlutverki rótargrænmetis í matreiðsluefninu þínu.

NJÓTTU MÁLTÍÐARINNAR!

www.ingramcontent.com/pod-product-compliance
Lightning Source LLC
Chambersburg PA
CBHW071324110526
44591CB00010B/1009